माझा खारीचा वाटा

प्रभाकर भिडे

शब्दांकन
प्रदीप खेतमर

Golden Page
Publication

Golden Page
Publication

माझा खारीचा वाटा

(आत्मचरित्र)

प्रभाकर भिडे
फ्लॅट नं. ५०२, साई अन्नपूर्णा २-२-१८/१९,
डी. डी. कॉलनी, हैदराबाद - ५०००१३
मोबाइल : ९३९११४५१३१

शब्दांकन-संपादन : **प्रदीप खेतमर**

ISBN 978-81-926504-5-6
प्रथम आवृत्ती : **ऑगस्ट २०१६**
प्रकाशन क्रमांक : **६**

प्रकाशक
प्रदीप खेतमर
फ्लॅट नं.१४, ५वा मजला, श्री दत्त कॉर्नर,
स. नं. ३९/२९, दत्तनगर,
आंबेगाव बु।।, पुणे ४११०४६.
मोबाइल : ९५५२३४०१६७
goldenpagepublication@gmail.com

मुखपृष्ठ-कलानिर्देशन
आर्ट ॲडव्हर्टायझिंग

माझे मेव्हणे व मित्र
स्व. श्री. मधुकर गानू व
स्व. सुधाकर गद्रे
यांना समर्पित...

पुस्तकाच्या निमित्ताने...

मी आधी सरकारी अधिकारी म्हणून काम पाहिले. नंतरच्या काळात कॉर्पोरेट क्षेत्रात काम केले. मला जर कुणी विचारले, की ''तुम्हाला कामाचे समाधान कोणत्या क्षेत्रात मिळाले?'' तर त्यावर माझे उत्तर ठाम असते, ''सरकारी नोकरीत!''

कॉर्पोरेट क्षेत्रात मिळणाऱ्या पगाराची तुलना सरकारी नोकरीत मिळणाऱ्या पगाराशी होऊ शकत नाही, हे खरे; परंतु सरकारी कार्यालयात तुमच्या हातून घडणाऱ्या जनसेवेतील समाधानाची तुलना मात्र कॉर्पोरेट क्षेत्रात मिळणाऱ्या पगाराशी कधीच होऊ शकत नाही. तुम्ही तुमच्या कार्यालयात बसलेले असतात. तुमच्याकडे कामासाठी लोकांची रांग लागलेली असते. रांगेत सर्व जातिधर्मांचे, गरीब-श्रीमंत, शिक्षित-अडाणी, उच्चभ्रू-फाटके असे सर्व स्तरातले लोक असतात. त्या रांगेतील अडचणींचा तोंडावळा मात्र एकच असतो. हरेक तोंडावळ्यावरचा ताण सारखाच असतो. प्रत्येकाला वाटत असते, 'आज तरी आपलं काम व्हावं!' त्याने तुमच्याकडे अनेकदा हेलपाटे मारलेले असतात. कधी स्वतःच्या चुकीमुळे, तर कधी नियमनियमावलींच्या लांबलचक प्रक्रियेमुळे. त्याची समस्या जेवढी मोठी असते, तेवढे त्याचे हेलपाटे जास्त होत असतात. त्याचे हेलपाटे त्याचे खच्चीकरण करतात. जितके हेलपाटे वाढतात, तितका तो खचत असतो. त्याच्यासाठी आशा असते ती फक्त टेबलापलीकडचा माणूस. तो माणूस त्याच्यासाठी देवासारखा असतो. तो कृपा करेल आणि आपल्या सर्व समस्या पळून जातील, असे त्याला वाटत असते. तो टेबलापलीकडचा माणूस म्हणजे तुम्ही असता.

...पण प्रत्येक वेळी तसा अनुभव येत नाही. अनेकदा टेबलापलीकडे बसलेल्याच्या मनात काही वेगळेच सुरू असते. नोकरीसाठी लाखो रुपये मोजलेले आकडे त्याच्यासमोर नाचत असतात. 'आपण दिलेत, आता आपल्याला मिळायला हवेत' ही वृत्ती फोफावलेली असते. त्यामुळे समोरच्याचे

हेलपाटे वाढवून त्याला बेजार करायचा आणि शेवटी मग आपले अस्त्र बाहेर काढायचे, एकदा का समोरच्याने तुमच्यासमोर मान तुकवली, की मागणीचा वार अचूक बसायला काहीच हरकत नसते. अशीच काहीशी रणनीती टेबलापलीकडे आखली जाते.

या गोष्टींना आता सारेचजण सरावलेत.

टेबलाच्या अलीकडे आणि पलीकडे आशा-निराशा, नैतिकता-भ्रष्टता यांचा खेळ रोजचाच झालाय.

त्यातूनही कधी तरी कुठे तरी एखादा किरण दिसतो. त्या किरणाने चित्रच बदलून जाते. सर्वांच्या आशा पल्लवीत होतात. मला वाटते, असे आशाकिरण सरकारी कार्यालयांत उजळायला हवेत. सरकारी कार्यालयांतच का? कॉर्पोरेट क्षेत्रातही ते उजळायला हवेत. माणसाने सेवेलाच भक्ती मानायला हवे. मला इथे साने गुरुजींच्या 'भारतीय संस्कृती' या पुस्तकातील काही ओळी उद्धृत करायला आवडतील. ते लिहितात-

> *''आपल्या आवडीनुसार कोणतेही सेवेचे कर्म आपण उचलावे व तद्द्वारा समाजसेवेची पूजा करावी. सेवेची सर्व कर्मे पवित्र आहेत. कोणतेही सेवा कर्म तुच्छ नाही, हीन नाही. वर्णामध्ये श्रेष्ठकनिष्ठ भाव नाही. सारे वर्ण देवाघरी सारख्याच योग्यतेचे. सेवेच्या सर्व कर्मांची सारखीच किंमत.*
>
> *समाजाला तत्कालानुरूप नवविचार देणारा पुरुष जितका थोर तितकाच समाजाला धान्य देणारा शेतकरीही थोर, तितकाच समाजाला मोट करून देणारा चांभारही थोर, शाळेतील शिक्षक जितका थोर, तितकाच रस्ता झाडणारा झाडूही थोर. हृदय ओतून विचारपूर्वक केलेले कोणतेही सेवाकर्म मोक्ष देणारे आहे. गीतेमध्ये मोक्ष मिळविण्याचे साधन म्हणून स्वकर्म सांगितले आहे.*
>
> ***''स्वकर्मकुसुमीं त्यास पूजितां मोक्ष लाभतो''***
>
> *ईश्वराला दुसऱ्या फुलांची आवड नाही. तुमची दैनंदिन होणारी हजारो कर्मे म्हणजेच फुलें. ही कर्मफुले रसमय, गंधमय आहेत की नाहीत एवढे पाहणे म्हणजेच खरा धर्म.*

चांगले काम, चांगली सेवा कुणाला आवडत नाही. ती प्रत्येकाला आवडते. तुमची चांगली सेवा तुमची ओळख बनते. तुमची प्रतिष्ठा वाढवते. पैसा हा महत्त्वाचा आहे; परंतु पैसा आणि सेवा याची तुलना होता कामा नये.

नोकरीत पैसा मिळणारच आहे, अगदी खात्रीने. मग तुम्ही त्या पैशाचा विचार न करता सेवेला का महत्त्व देऊ नये?

हे पुस्तक म्हणजे काही सर्व क्षेत्रातील कर्मचाऱ्यांसाठी संस्कार शिबिरासारखे उद्‌बोधक ठरावे, अशी माझी इच्छा नाही. या पुस्तकातून मी फक्त माझे अनुभव सांगितले आहेत, माझी कार्यशैली सांगितली आहे. माझी कार्यशैली स्थल-काल-प्रसंगानुरूप सर्वकालिक लागू होईल, असेही नाही. तरीही ती वाचणाऱ्याला एखाद्या वाटाड्यासारखी मदतगार ठरो इतकीच अपेक्षा.

मी माझ्या जीवनात एक गोष्ट शिकलो, ती म्हणजे गांधीगिरी. चांगल्या कामासाठी संघर्षाची वेळ पडली तर तो करावाच, परंतु त्याचा मार्ग हा वितुष्ट, द्वेष, राग उत्पन्न करणाऱ्या दिशेने नको. सर्वांना सोबत घेऊन केलेले काम हे दीर्घकालिक यश देणारे असते. म्हणून मी नेहमीच संयम, सहनशीलता आणि सत्याचा मार्ग अवलंबला. माझे अनुभव 'माझा खारीचा वाटा' या पुस्तकाच्या रूपाने तुमच्यासमोर मांडतोय. हे पुस्तक तुम्हाला आवडेल, अशी आशा बाळगतो.

हे पुस्तक प्रदीप खेतमर यांनी अगदी नेमक्या आणि रसाळ भाषेत आपल्यापुढे आणले, त्याबद्दल मी त्यांचा आभारी आहे. तसेच मनीषा गोगटे आणि विद्याधर सातोस्कर यांनी या पुस्तकाच्या निर्मितीसाठी पुढाकार घेतला. त्यामुळेच हे पुस्तक प्रकाशित होऊ शकले, त्याबद्दल त्यांचेही आभार. तसे पाहिले, तर माझ्या सेवाकालात अनेकांनी मला साथ दिली, दाद दिली. अनेकजण माझ्या पाठीशी खंबीरपणे उभे राहिले. अनेकांच्या प्रोत्साहनामुळेच सतत चांगली कामे करण्याचा माझा उत्साह दुणावत गेला. अनेकांच्या मार्गदर्शनामुळे माझी जडणघडण झाली. त्यांना या पुस्तकाच्या निर्मितीवेळी विसरून कसे चालेल? त्यांचे ऋण फेडता येणे अशक्य. खरे तर महाराष्ट्राचे माजी मुख्यमंत्री वसंतदादा पाटील, थोर नेते मोहन धारिया, राजारामबापू पाटील, अण्णासाहेब मगर यांसारख्या अनेक मोठ्या माणसांची मला साथ मिळाली, त्यांचे प्रेम मिळाले. त्यांनी मला नेहमीच चांगली कामे करण्यासाठी प्रोत्साहन दिले. त्या सर्वांना या पुस्तकाच्या निमित्ताने मी अभिवादन करतो.

'गोल्डन पेज पब्लिकेशन'ने हे पुस्तक दर्जेदार पद्धतीने प्रकाशित केले, आणि 'फर्स्ट इम्प्रेशन प्रिंट टेक्नॉलॉजी'ने त्याची उत्कृष्ट निर्मिती केली, त्याबद्दल शेवटी मी त्यांचेही आभार मानतो.

- प्रभाकर भिडे

अ नु क्र म

मुक्काम

हैद्राबाद

मी प्रभाकर भिडे.
हे पुस्तक लिहिताना वय वर्षं चौऱ्याऐंशी.
सध्या हैद्राबादमध्ये वास्तव्य आहे, मुलाकडे.

सकाळची प्रसन्न वेळ. गॅलरीत बसलोय. समोर टीपॉयवर इंग्रजी दैनिके, काही नियतकालिके पडलेली आहेत. एका हातात चहाचा वाफाळलेला कप आणि दुसऱ्या हातात इंग्रजी वृत्तपत्राची पाने. खूप साऱ्या बातम्यांनी गच्च भरलेली, अन् त्याचबरोबर जाहिरातींनीही. जाहिराती वगळून माझी नजर बातम्यांवर भिरभिरते. तेवढ्यात एका बातमीने माझे लक्ष वेधले. कुणा एका अधिकाऱ्याला भ्रष्टाचार प्रकरणी अटक झाल्याची ती बातमी. पोलिसांच्या छाप्यात त्या अधिकाऱ्याकडे काही कोटींची बेहिशोबी मालमत्ता आढळून आल्याचे त्या बातमीत लिहिले आहे.

ती बातमी वाचली अन् वर्तमानपत्राची घडी करून टीपॉयवर ठेवली. खुर्चीत रेलून बसलो आणि कोमट झालेल्या चहाचे घोट घेऊ लागलो. चहाचे घोट संपता संपता डोक्यात विचारांचे काहूर माजू लागले...

भ्रष्टाचार. सर्वकालीक असा. सर्वव्यापी असा.

भ्रष्टाचार हा कुणालाच नवीन नाही. प्रत्येक जण आयुष्यात कधी ना

कधी भ्रष्टाचार करतच असतो. भ्रष्टाचार हा जसा बड्या असामींकडून मोठमोठी शासकीय कॉन्ट्रॅक्ट मिळवण्यासाठी होतो, टोलनाक्यांच्या राजकारणात होतो, धरणांच्या बांधकामात होतो आणि अगदी म्हशीच्या चाऱ्यातही होतो, तसाच तो सर्वसामान्यांकडून होतो. कधी रेशनकार्डसाठी, कधी कुठल्या लायसन्ससाठी, कधी मुलाच्या ॲडमिशनसाठी, तर कधी दवाखान्यात पडलेल्या पेशंटचा मेडिक्लेम मिळवण्यासाठीही होतो...

पण ह्या भ्रष्टाचारात फरक आहे...

हा फरक आहे असाहायतेचा. हा फरक आहे हरवलेल्या आत्मसन्मानाचा आणि सर्वांत महत्त्वाचे म्हणजे अमर्याद लालसेचा.

ह्यामध्ये समान धागा फक्त एकच... हरवलेली नैतिकता. ती मात्र सार्वत्रिक आहे.

सर्वसामान्य माणूस जेव्हा रेशनिंग कार्ड काढण्यासाठी सरकारी कार्यालयाच्या रांगेत उभा असतो– तास... दीड तास... दोन तास... एक दिवस... पुन्हा दुसरा दिवस... पुन्हा तिसरा दिवस... - तरीही त्याला समोरच्या टेबलावरून नीट उत्तरे मिळतच नाहीत. उलट त्रासलेल्या चेहऱ्यावरच्या भुवया ताणून जास्तीत जास्त आठ्या पाडण्याचा प्रयत्न करत प्रश्नांची सरबत्ती केली जाते.

"हे काय आहे?"

"किती चुका आहेत?"

"कागदपत्रं पूर्ण नाहीत."

"कसं द्यायचं तुम्हाला रेशनिंग कार्ड?"

तेव्हा मात्र आमची सटकते. पहिले तीन दिवस केलेला गाढवपणा बाजूला ठेवून आम्ही शहाणपणाने पन्नास-शंभर-पाचशेची नोट पुढे सरकवतो आणि अर्जावर मंजुरीचा शिक्का घेतो. रांगेत आमच्या पाठीमागे असलेला आमच्या ठेचकाळण्याने शहाणा होतो. तो पहिल्याच दिवशी न मागता पन्नास-शंभर-पाचशेची नोट पुढे सरकवतो आणि अर्जावर मंजुरीचा शिक्का घेतो. तेच त्याच्या पाठीमागचा करतो, त्याच्याही पाठीमागचा आणि कळत नकळत सारी रांगच पन्नास-शंभर-पाचशेची नोट आणि मंजुरीच्या शिक्क्यात बंदिस्त होत जाते. अशा कुठल्याही कार्यालयात गेल्यावर पन्नास-शंभर-पाचशेनेच मंजुरीचे शिक्के मिळवायचे असतात, हा जणू घटनेत न लिहिलेला अलिखित नियमच म्हणावा लागेल.

सर्वसामान्य माणूस आपली नैतिकता हरवून बसतो, ते अगतिक होऊन. सरकार हे जनतेसाठी असते, या गोष्टींच्या जाणिवा आपल्या देशात कधी

रुजल्याच नाहीत. इंग्रज गेले तरी सरकारी यंत्रणा मात्र आम्हाला परकीच राहिली. इंग्रजी राजवटीत होती तशी. त्यामुळे जनतेच्या सोयी-सुविधा-हक्क-अधिकार-गरजांची पूर्तता कायद्याच्या चौकटीत विनासायास पार पडावी म्हणून घटनाकारांनी केलेली मेहनत वाया गेली की काय, असा प्रश्न पडतो.

वास्तविक पाहता, सरकारच्या सर्वांत वरच्या पातळीवर होणारे निर्णय हे समाजहितैषी असतात, असे आपण ढोबळमानाने म्हणू शकतो. तितके हुशार, अभ्यासू, दूरदृष्टी असणारे नेतृत्व नक्कीच असते; परंतु त्या खालच्या पातळीवर जसजशी या गुणांची पातळी खालावू लागते, तसतशी नैतिकतेची पातळीही खालावते. आणि मग त्याचा परिणाम साऱ्या योजना, सारी यंत्रणा कुचकामी ठरवण्यावर होतो.

मुळात आमच्या सरकारी यंत्रणेतील मोठा वर्ग आपली नैतिकता पूर्णतः हरवून बसला आहे. भ्रष्टाचाराच्या मार्गाने पैसा मिळवणे, हेच जणू त्याचे एकमेव काम बनले आहे. पैशाच्या लालसेने साऱ्या सीमा ओलांडल्या आहेत. आपल्या कल्पनेच्याही पलीकडे... कधी काळी हजार, लाख या आकड्यांना खूप वजन होते. लखपती म्हणजे बडा असामी. मला आठवतेय, राजा गोसावींचा एक सिनेमा आहे- लाखाची गोष्ट. त्या सिनेमात राजा गोसावींना त्यांचा सासरा लग्नासाठी एक अट घालतो. एका महिन्यात एक लाख रुपये खर्च करायची. राजा गोसावी मग ते पैसे खर्च करण्यासाठी अनेक युक्त्या वापरतात; परंतु ते पैसे संपण्याऐवजी वाढतच जायचे. हे पाहून मोठी गंमत वाटली होती. आज लाखच काय पण कोटीचे आकडेही कमी पडतात. भारतीय रुपयाचे आणि नैतिकतेचे हे अवमूल्यन खूपच दयनीय म्हणावे लागेल...

बसून बसून कमरेला थोडी रग लागली म्हणून उठलो. डोक्यातले विचारही थांबवले अन् गॅलरीत शांतपणे चकरा मारू लागलो. चालता चालता समोरच्या चकचकीत बिल्डिंग, प्रशस्त आणि स्वच्छ रस्ते, रस्त्यावरची टापटीप वाटणारी वर्दळ, धावणाऱ्या सुंदर गाड्या, रस्त्याच्या कडेने लावलेली झाडे असे चित्र पाहून मन काहीसे प्रफुल्लित होतेय. किती बदललाय आपला देश..

खरेच बदललाय आपला देश...

आपला देश बदलला... आपली माणसे बदलली... माणसांचे जीवन बदलले... राहणीमान बदलले...

आता आमच्या देशातल्या लोकांना दोन वेळच्या जेवणाची भ्रांत नसते. भ्रांत असते 'स्टेट्स सिम्बॉल'ची. त्याला भ्रांत असते आपल्याकडचा मोबाइल हा

दुसऱ्यापेक्षा कमी किमतीचा तर नाहीना याची. त्याला भ्रांत असते आपल्याकडची फोर व्हिलर लवकर कशी अपडेट होईल याची. त्याला भ्रांत असते फॅमिलीसोबत फॉरेन टूर कधी होईल याची. त्याला भ्रांत असते प्रत्येक हाय प्रोफाइल गोष्ट आपल्याकडे कशी येईल याची. आणि मग सुरू होतो पैशाचा खेळ. या साऱ्या गोष्टींसाठी लागणारा पैसा- मग तो कसाही येवो, पण येवो. त्यासाठी मी कधी माझी सध्याची नोकरी सोडून दुसऱ्या जादा पगार देणाऱ्या नोकरीकडे वळतो, तर कधी भ्रष्टाचाराच्या मार्गाकडे. आम्हाला पैशाची चटक लागली आहे.

ग्लोबलायझेशन, आयटी, ऑटोमोबाइल, टेलिकम्युनिकेशन टेक्नॉलॉजी, बीपीओ, पार्कस्, हब्ज, मॉल्स अशा किती तरी गोष्टींनी भारतातल्या मनामनावर कब्जा मिळवलाय... आणि आम्ही त्या गोष्टींच्या पूर्ण कह्यात गेलेलो आहोत. आमच्या उपभोगवादी प्रवृत्तीला अंत उरलेला नाहीये.

खाजगी क्षेत्रातील कर्मचाऱ्यांचे पगार पाहिल्यानंतर सरकारी बाबूंच्या तोंडाला पाणी न सुटले तरच नवल होते. हा मोबदल्याच्या मिळकतीचा संघर्ष गेले काही काळ पेटत होता. तरुणांचा ओढा सरकारी नोकरी ऐवजी खाजगी नोकऱ्यांकडे जास्त होता. आमच्या काळात सरकारी नोकरी म्हणजे 'सोन्याहून पिवळं', असे चित्र पुरते बदलून गेले होते. त्याला सहाव्या वेतन आयोगाने अर्धविराम दिला. अर्धविराम अशासाठी कारण आता सातवा वेतन आयोग येऊ पाहतोय. या साऱ्याचा परिणाम एका ठरावीक वर्गाची क्रयशक्ती वाढल्यामुळे एकूणच अर्थव्यवस्थेवर होतोय. जर या लोकांच्याकडे पैसे असतील तर ते खर्च करण्याची ताकद आहे. मग त्यांनी ते पैसे कसे खर्च करावेत, याचीही गणिते कुठे तरी बसून कोणी तरी करत असते. मग ते मल्टिप्लेक्सवाले असतील, मॉलवाले असतील, बिल्डर असतील, अथवा इ-कॉमर्सवाले असतील, अशांची एक फौजच दुसरीकडे काम करत असते. या साऱ्याचा परिणाम काही प्रमाणात महागाई वाढण्यावरही होत असावा. पण वाढत्या महागाईला तोंड देण्यास एक वर्ग पुरता असमर्थ आहे. त्या वर्गाचा विचार कुणीही करताना दिसत नाही.

वरवर पाहता सगळा आनंदी आनंद वाटणाऱ्या भारतात दोन जग जगताना दिसताहेत. त्या दोन जगात एसीमध्ये बसून कॉम्प्युटरवर बोटांची वळवळ करून मिळवले जाणारे लाखो रुपयांचे पगार एका बाजूला आणि शे-दीडशेच्या मजुरीसाठी दिवसभर उन्हातान्हात राबणारे हात एका बाजूला. आलिशान हॉटेलमध्ये जाऊन तिथे देशोदेशीच्या फूड डिशेस चाखणारे आणि नाही आवडले तर डस्टबीनमध्ये वाया घालवणारी पोटे एका बाजूला, आणि दिवसामागून दिवस गेले तरी पौष्टिक अन्न तर दूरच राहिले, पण पोटभर अन्न

मिळत नाही म्हणून पाठीला चिकटलेली पोटे एका बाजूला, अशी टोकाची विषमता नांदतेय. कधीकाळी समाजाविषयी संवेदनशील, जागरूक असलेल्या मध्यमवर्गाने नवश्रीमंत वर्गात उडी मारलेली आहे. आपण 'श्रीमंत' म्हणून आपली वृत्तीही तशीच हवी, म्हणून की काय त्यांना आता समाजाविषयीच्या संवेदनशीलतेवर बोलायचे नाही, म्हणून त्यांना आता समाजातल्या विषमतेची चीड येत नाही, म्हणून त्यांना आता भांडवलशाहीवर टीका नकोय, म्हणून त्यांना आता चळवळी नकोत आणि चळवळींचे नेतृत्व तर नकोच नको...

हा सारा बदल मी पाहिलाय.. या बदलांमधून मीही गेलोय, जातोय. मी सरकारी नोकरी केली, खाजगी क्षेत्रातही काम केले. पण वयाच्या या टप्प्यावर विचार करताना एक गोष्ट मात्र सतत जाणवत राहते- सरकारी नोकरीत मिळणारे समाधान दुसरी कुठली नोकरी, दुसरे कुठले काम नाही देऊ शकत. कारण त्या कामात रंजल्या-गांजल्यांची प्रत्यक्ष-अप्रत्यक्षरीत्या सेवा घडत होती. त्यांच्या सुखा-दुःखाला कुरवाळण्याची, त्यावर पांघरूण घालण्याची संधी मिळत होती. ही साधी जनता एखाद्या निष्पाप बालकासारखी असते, तिला आपल्या भविष्याची, सुखादुःखाची, अडीअडचणींची फारशी जाणीव नसते. समाजातली कुणीतरी एखादी व्यक्ती स्वतःच्या हुशारीवर, मनगटाच्या ताकदीवर त्यांच्यावर राज्य करत असते. ती बिचारी अनभिज्ञपणे मुक्या मेंढरासारखी त्याच्या पाठीमागे जात असते. अशा लोकांसाठी, त्यांच्या भल्यासाठी, त्यांच्या उत्कर्षासाठी काम करायला मला मिळाले, हे मी माझे भाग्य समजतो.

वयाच्या या टप्प्यावर मी पूर्ण समाधानी आहे. जीवनात सारे काही मिळवले असे म्हणता येत नसले, तरीही ढोबळमानाने मी पूर्ण समाधानीच. कुणाकडून, कशाचीही, कसलीही अपेक्षा नाही.

हे पुस्तक लिहितानाही या पुस्तकाकडूनही माझ्या तशा काही अपेक्षा नाहीत; परंतु माझ्या वाट्याला जी काही थोडीफार जनसेवा आली आणि त्यातून मला जे समाधान मिळाले, त्यातून आजच्या तरुण पिढीला थोडीफार प्रेरणा मिळावी, असे मात्र वाटते. तरुणांनी पैसा मिळवू नये, मौजमजा करू नये या मताचा मी नाही; परंतु आजूबाजूच्या समाजात वावरणाऱ्या आपल्यासारख्या कित्येक दुःखी, दुर्दैवी माणसांच्या जीवाचा, त्यांच्या सुखदुःखाचा थोडा फार विचार आमच्या सदसद्विवेक बुद्धीकडून व्हायला हवा...

■

मुक्काम

पंढरपूर

साधारणतः १९६०च्या आसपासचा काळ. माझी पंढरपुरात तिथल्या पाणी पुरवठा विभागात अधिकारी म्हणून नियुक्ती झाली. मी माझ्या कुटुंबासह पंढरपुरात स्थायिक झालो. साठच्या दशकातले पंढरपूर म्हणजे फार मोठे नव्हते. तिथले राहणीमानही तसेच, ग्रामीण वळणाचे. मुळात पंढरपूर हे महाराष्ट्राच्या सर्वांत महत्त्वाच्या धार्मिक स्थळांपैकी एक. त्यामुळे तिथे येणाऱ्या भाविकांची संख्याही तशीच असते. आषाढी यात्रेला तर विचारायलाच नको, इतकी तोबा गर्दी असते. त्या काळात पंढरपूरला येणाऱ्या भाविकांची संख्या जिला 'फ्लोटिंग पॉप्युलेशन' म्हटले जाते, ती साधारणतः दहा-पंधरा हजाराच्या घरात असायची. यात्रेला येणाऱ्या भाविकांचा आकडा तर तीन ते साडेतीन लाखांच्या घरात असायचा. इतक्या मोठ्या संख्येने येणाऱ्या भाविकांसाठी नगरपालिकेला अनेक प्रकारच्या सोयी-सुविधा द्याव्या लागायच्या. हे करत असताना साऱ्या सरकारी यंत्रणेचा अगदी कस लागायचा. शिवाय एवढे करूनही लोकांचे हाल व्हायचे ते वेगळेच. विशेषतः पाण्याचा तुटवडा, स्वच्छतेसंबंधीच्या तक्रारी, आरोग्याचे प्रश्न, वाहतुकीच्या समस्या आणि इतर अनेक छोटे मोठे प्रश्न सरकारी यंत्रणेपुढे 'आ' वासून उभे असायचे.

पंढरपुरात त्या काळात पाणी पुरवठ्याची जी यंत्रणा होती, ती होती इंग्रजांच्या काळातली. कदाचित पंढरपूरचे महत्त्व इंग्रजांच्या लक्षात आले असावे, म्हणूनच सर्वसामान्य जनतेचा विश्वास मिळवण्यासाठी का होईना त्यांनी एका शुद्ध पाणी पुरवठा केंद्राची उभारणी केली होती. संपूर्ण पंढरपुरात या केंद्रातून नळाद्वारे पाणीपुरवठा व्हायचा. चंद्रभागा नदीतील पाणी वाळूच्या थरामधून जॅकवेलमध्ये जमा व्हायचे. तिथून ते पंपाने टाकीत सोडले जायचे. टाकीत क्लोरिनेशनने

ते पाणी पिण्यायोग्य बनवून मगच नळाद्वारे पाणीपुरवठा व्हायचा. अशी ती इंग्रजकालीन पद्धत होती. पाणी स्वच्छ-शुद्ध करण्यासाठी जलशुद्धीकरण केंद्र वगैरे नव्हते. ते इंग्रजांनीही बांधले नाही आणि स्वातंत्र्यानंतर आपल्या सरकारनेही बांधले नव्हते. त्यामुळे नदीतील वाळूच्या थरामधून जेवढे पाणी गाळून स्वच्छ होईल, तेवढेच काय ते स्वच्छ पाणी पंढरपूरकरांच्या घशाखाली उतरायचे.

रिचर्ड बॅच या व्यवस्थापन क्षेत्रातील तज्ज्ञाचे एक वाक्य मला आठवते,

'जेव्हा मला खूप काही करायचे असते,
तेव्हा मी त्याला 'काम' असे म्हणणे थांबवतो.'

माझेही काहीसे असेच. खरे तर मला स्पष्ट बोलायला आवडेल. जर तुम्हाला तुमचे काम नीट करायचे नसेल, तर तुम्ही तुमची खुर्ची सोडा. ती जागा दुसऱ्या कर्तबगार व्यक्तीला मोकळी करून द्या. वास्तविक पाहता, खुर्ची सोडणे हे कुणाला जमत नाही आणि आपली भोळी-भाबडी जनता कुणाला 'खुर्ची सोडा' असे म्हणण्याचे धाडस करेल, असा भाबडा विश्वास बाळगणेही चुकीचेच. युगानुयुगे आपल्या देशात हेच घडत आले आहे. युगानुयुगे आपल्या जनतेला पिचत पडण्याची जणू सवयच लागलीय. कधी स्वकीयांकडून, तर कधी परकीयांकडून. नागरिकत्वाची भावनाही आमच्यात दिसत नाही. मुळात ती भावना आली ती पाश्चात्त्यांकडून. बरे ती भावना आली, पण अजून रुजलीय किती? आम्ही स्वतःला शुद्ध नागरिक असे कधी म्हणवून घेणार आहोत? नागरिकांचे हक्क-अधिकार-जबाबदाऱ्या आम्ही कधी बजावणार आहोत? पिढ्यान् पिढ्या राजेरजवाडे, घराणेशाही, सामंतशाही, सरंजामशाही, जहागिरदारीच्या विळख्यातच आम्हाला सुरक्षित वाटते. त्यामुळे त्यांच्याविरुद्ध आवाज उठवण्याऐवजी त्यांच्या धाकाचाच आम्ही गर्व बाळगतो. मग त्यांच्याविरुद्ध ब्र काढण्याची कुणाची काय बिशाद. आमच्याकडे लोकशाही आली म्हणतात, पण आजही आमची जिंदगी त्याच राजेरजवाडे, घराणेशाही, सामंतशाही, सरंजामशाही, जहागिरदारीच्या टाचेखाली जाते. निमूट, गुमान.

एक प्रसिद्ध सुविचार आहे-

''विचार पेरा, कृती उगवेल. कृती पेरा, सवय उगवेल.
सवय पेरा, चारित्र्य उगवेल, चारित्र्य पेरा, भविष्य उगवेल.''

आपल्या देशातील जनतेमध्ये लोकशाहीचा विचार नीट पेरावा लागेल. परंतु तो विचारच पेरण्याचे हेतुपूर्वक टाळले जातेय. त्यामुळे भविष्य उगवण्यात उशीर होतोय.

पंढरपुरातली ती पाणी व्यवस्था पाहून मला चीड आली होती. त्यावर काही तरी मार्ग काढला पाहिजे, हे ही मनाशी पक्के केले. माझ्या कामाची पद्धत ठरलेली. आधी काम समजून-उमजून घ्यायचे. त्यातल्या खाचाखोचांशी ओळख करून घ्यायची. सर्व तपशिलांची मेंदूच्या कप्प्यांत नीट मांडणी करायची. आणि मगच कामाला सुरुवात करायची. त्याप्रमाणे पहिले काही दिवस मी पंढरपुरातली सर्व यंत्रणा व्यवस्थित समजून घेण्यात घालवली. हे करत असताना स्वातंत्र्यपूर्व काळातील काही कागदपत्रे माझ्या हातात पडली. ती तपासत असताना एक गोष्ट माझ्या लक्षात आली, ती म्हणजे इंग्रजांची कार्यपद्धती. स्वातंत्र्यपूर्व काळात पंढरपूरच्या यात्रेच्या आधी इंग्रज सरकार एक पत्रक काढायचे. त्या पत्रकामध्ये आळंदी ते पंढरपूर या पालखीमार्गावर वारीच्या दृष्टीने कोणकोणत्या उपाययोजना करता येतील, वारीची व्यवस्था कशी लावता येईल यासंबंधीच्या सूचना आणि आदेश असत. त्याप्रमाणे संपूर्ण यंत्रणा कामाला लागायची. यात्रा संपल्यानंतर इंग्रज सरकार आणखी एक पत्रक काढायचे, ते म्हणजे आभाराचे. वारीदरम्यान सर्व यंत्रणांनी केलेल्या प्रयत्नांबद्दल शासनाकडून व्यक्त केलेले ते आभार-प्रदर्शन पाहून मला इंग्रजी कार्यपद्धतीचे कौतुक वाटले होते. कारण स्वातंत्र्यानंतर अशा प्रकारची पत्रके काढणे सरकारने जवळपास बंदच केले होते. त्यामुळे आपल्या शासकीय यंत्रणेत असणारा ढिसाळपणा, मरगळ, जनतेला शासकीय यंत्रणेबद्दल वाटणाऱ्या परकेपणाची बीजे कुठेतरी अशा साध्यासुध्या गोष्टींतही असली पाहिजेत, असे मला वाटायचे. मुळात कौतुक करणे किंवा सन्मान करणे ह्याला मानसशास्त्रीय दृष्ट्याही खूप महत्त्व आहे. सिग्मंड फ्रॉइडने मांडलेल्या 'सायकोॲनॅलिटिक थिअरी'मध्येही या गोष्टीवर चर्चा केलेली आढळते. आजच्या काळात तर मॅनेजमेंटमध्ये 'रिवॉर्ड ॲण्ड रेकग्निशन'ला अतिशय महत्त्व दिले जाते. जेव्हा कर्मचाऱ्याला त्याने केलेल्या कामगिरीबद्दल सन्मानित केले जाते किंवा त्याचे कौतुक होते, त्या वेळी त्या गोष्टीचा त्याच्यावर मानसिक परिणाम होत असतो. त्याद्वारे संघटनेबद्दल, संस्थेबद्दल वा यंत्रणेबद्दल त्याच्या मनामध्ये सकारात्मक बदल घडत असतो. असे असताना इंग्रजांची एक चांगली पद्धत बंद करून आम्ही काय साध्य केले? बरे ही पद्धत बंद झाल्यानंतर 'ती का बंद केली' म्हणून कुणीच का विचारणा केली नाही? किंवा अशी पत्रे पाठवणे म्हणजे एक प्रकारची कटकट होती आणि ती बंद झाल्याने कटकट संपली, अशी तर आमची मानसिकता झाली नाही ना? असे अनेक विचार त्या वेळी माझ्या मनात येऊन गेले.

मला आठवतंय, पंढरपुरात असताना पहिल्या आषाढी यात्रेत एक वरिष्ठ अधिकारी म्हणून पालखीच्या स्वागतासाठी वाखरीला मी गेलो होतो. वाखरीला

दिंडीतले शेवटचे उभे रिंगण असते. तिथे गेल्यानंतर यात्रेसाठी आलेल्या भाविकांच्या जनसागरामुळे मी थक्क झालो. साधी साधी माणसे. पुरुषांच्या अंगात पांढरा सदरा-धोतर-विजार, डोक्यावर टोपी नाहीतर रंगीत मुंडासे बांधलेले. बायकांची साधी रंगीत लुगडी. चेहरे मात्र उन्हाने रापलेले. अंग फुफाट्याने माखलेले. सर्व जातिवर्गातील. लहान मुले- म्हातारी माणसे, गरीब-श्रीमंत अशी सर्वच; पण सर्वांच्या मुखी एकच गजर विठूनामाचा, ज्ञानदेव-तुकाराम-सोपान-मुक्ताबाईचा! हातात टाळ-वीणा घेऊन एका तालासुरात नाचणारे-गाणारे वारकरी. कुणा बाईच्या डोक्यावर तुळस, तर कुणाच्या डोक्यावर विठ्ठल-रखुमाईच्या मूर्ती. संसाराच्या रहाटगाडग्याची काळजी मागे ठेवून दिंडीमध्ये पुढेपुढे चाललेली ती भोळीभाबडी माणसे पाहिली की वाटते, कशासाठी हा इतका खटाटोप करतात हे लोक? एवढी दगदग, पायपीट कशासाठी? उन्हातान्हात, चिखलपावसात, दगडधोंड्यातून दोनेक आठवडे होणाऱ्या पायपिटीने यांना कसलाच त्रास होत नाही का? दिंडीमध्ये ना कसल्या सोयीसुविधा, आजारी पडल्यास किंवा काही दुखलेखुपल्यास कुणाची मदत नाही. खाण्यापिण्याची आबाळ. तरीही यांचे चेहरे उत्साहाने फुललेले, टवटवीत कसे? सारेजण आनंदाने हसताहेत, भजने गाताहेत, चेष्टा-मस्करी करताहेत. कुठून येतो त्यांच्यात हा उत्साह? हे सारे वर्षानुवर्षे चालले आहे, ते कशामुळे? त्या तिथे पंढरपुरात पांडुरंगाच्या नावाने एक दगडाची मूर्ती आहे, तिच्या पायावर डोके टेकवल्याने खरेच त्यांचे कल्याण होणार का? ही सारी श्रद्धा आहे का अंधश्रद्धा? माझ्यासारख्या नास्तिकाला न उलगडणारे कोडे होते ते. साऱ्या गोष्टी पाहून मी चकित झालो होतो.

रिंगण सोहळा संपल्यानंतर वाखरीहून माघारी परतताना मीही दिंडीत सामील झालो. वारकऱ्यांसोबत पायपीट करत, ज्ञानदेव-तुकारामाचा गजर करत, त्यांच्यात मिसळून गेलो. त्या उत्साहाच्या स्रोतासोबत वाहवत मी कधी पंढरपुरातल्या मठाजवळ पोहोचलो, ते कळलेही नाही. त्या वेळी मला उमगले श्रद्धा म्हणजे काय असते ते. माझ्या साऱ्या प्रश्नांची उकल त्या एका पायपिटीने केली. वारकरी आणि पांडुरंगामधल्या नात्याचे गौडबंगाल काय असते, याची जाणीव मला झाली. त्यातून वारकऱ्यांना मिळणारे समाधान श्रद्धा-अंधश्रद्धेच्या पलीकडचे होते. त्यांना पांडुरंगाच्या दर्शनाशिवाय दुसरे काहीही नको होते.

त्या वेळी मला पहिल्यांदा वाटले, की अशी ही आपली भोळीभाबडी जनता लाखोंच्या संख्येने घरदार सोडून कोसो दूर निघते, तेव्हा खरेतर सरकारची, एकूण सरकारी यंत्रणेची जबाबदारी महत्त्वाची असायला हवी. त्यांच्या साऱ्या प्रवासात त्यांना त्रास होणार नाही, त्यांना कशाची कमतरता भासणार नाही यासाठी प्रयत्न करायला हवेत. पण मी आजूबाजूला पाहत होतो. या सर्व

गोष्टींबद्दल काही मोजके लोक सोडले तर कुणाला काही घेणेदेणे नव्हते. सारे काही रामभरोसे चालले होते, 'चालू द्यात', अशीच मानसिकता. म्हणून मग मी ठरवले. आपल्या पुरते तरी हे बदलायचे.

मी ठरवले होते बदलायचे, पण ते तितके सहजसोपेही नव्हते. 'एकला चलो रे'ची भूमिका घेऊन मी गोष्टी बदलायला गेलो असतो, तर मला मूर्खात तरी काढले असते किंवा विरोध करून माझ्या कामात अडथळे तरी आणले गेले असते. म्हणून मी या प्रक्रियेत सर्वांना सामावून घेण्याचे ठरवले. त्या अगोदर मला जे काही वाटते त्याचा मी काटेकोरपणे एक आराखडा बनवला. साऱ्या गोष्टींची टिपणे तयार केली. आणि मग नगरपालिकेचे अध्यक्ष, सचिव, प्रांताधिकाऱ्यांपासून सर्वांना मी विश्वासात घेतले. मला वाटणाऱ्या सर्व गोष्टी मी त्यांच्यासमोर ठेवल्या. शिस्तीने आणि काटेकोरपणे केलेली माझी मांडणी पाहून सर्वांना माझे विचार पटले. बदल घडायला हवा, असे आता त्यांनाही वाटत होते. त्यांनी माझ्या प्लॅनला मंजुरी दिली आणि यात्रेकरूंची व्यवस्था करण्यासाठी उत्तम सहकार्य देण्याची तयारीही दर्शवली. आता माझी जबाबदारी वाढली होती, पण त्यापेक्षाही वाढला होता तो माझा उत्साह. आता मी भराभर कामाला लागलो होतो.

पंढरपूर गावाजवळ एक विहीर मी पाहिली होती. त्या विहिरीच्या पाण्याचे नमुने मी पुण्यातील प्रयोगशाळेतून तपासून आणले. ते पाणी पिण्यास योग्य होते. त्या विहिरीवर मी एक डिझेल इंजिनवर चालणारा पंप बसवला. बाहेर एक स्टॅण्ड पोस्ट उभारला. आता गरज होती ते पाणी पंढरपुरात नेऊन पोहोचवण्याची. त्यासाठी आम्ही पंढरपूरच्या आसपासच्या भागातील नगरपालिकांना सरकारी टँकर्स पाठवण्याची विनंती केली. त्यांनी आमच्या विनंतीला मान देऊन आपले टँकर पाठवले. टँकर विहिरीवरील स्टॅण्ड पोस्टवर भरून ते पंढरपुरातल्या उंच जागेवर उभे केले जायचे. तिथे यात्रेकरूंना पाणी उपलब्ध करून दिले जात असे. अशाप्रकारे यात्रेकरूंना भरपूर पाण्याची सोय करण्यात आम्ही यशस्वी झालो. या कामात सर्व लोक अतिशय उत्साहाने सहभागी झाले होते. टँकरचे ड्रायव्हर्स आणि इंजिन चालविणाऱ्या माणसांनी बारा-बारा तास काम केले. एरवी सहा-सात तास काम करण्यासही कंटाळा करणाऱ्या या कर्मचाऱ्यांना पाणी देण्याचे काम मोठे पुण्याचे वाटले होते. मी जेव्हा तिथे भेट द्यायला जात असे, त्या वेळी ते बोलून दाखवत, ''साहेब, तुमच्यामुळं हे वारकऱ्यांना पाणी पाजण्याचं पुण्यकर्म आम्हाला लाभलं. किती वेळ लागतो, याची तुम्ही कायबी काळजी करू नका.''

विशेष म्हणजे या कामात सर्व जातिधर्मांचे लोक होते. धार्मिक कार्यातील

लोकांचा सहभाग हा विनाअट अन् विनातक्रार असतो. त्या वेळी कोणत्याही लाभापेक्षा लोक कर्माला महत्त्व देतात, हे मला पटले. तेव्हा मनात असे विचारही यायचे, की हाच विचार जर कर्मचाऱ्यांनी, लोकांनी प्रत्येक वेळी कायम ठेवला तर किती बदल होऊ शकतात.

एक विनोदी नट आणि 'लिग अगेन्स्ट टेडियम'चा निर्माता सायमन मुन्री म्हणतो,

> *''काहींना वृक्ष दिसतो, पण वृक्षांनी बनलेले जंगल दिसत नाही. काहींना जंगल दिसते, पण जंगल बनविणारे वृक्ष दिसत नाहीत. मी जंगलातला वृक्षही पाहतो व त्या पलीकडे माझ्या छोट्या गावात जाणारा प्रकाशाचा झोतही पाहू शकतो.''*

आपण सर्वांनी काम करताना एक व्यापक विचार सतत आपल्या मनामध्ये ठेवला पाहिजे. आपण, आपल्या भोवतालचा परिसर-लोक, आपली संस्कृती-विचार या साऱ्यांविषयी आपल्याला कळकळ हवी. तशी कळकळ असेल तेव्हाच व्यापक विचार आणि कृती घडू शकते.

पंढरपूरच्या यात्रेच्या निमित्ताने हा जसा चांगला अनुभव मला आला, त्यापेक्षा वाईट अनुभवही खूप आले; पण म्हणून मी कधी खचलो नाही. काम करत असताना आपला मुद्दा योग्य पद्धतीने कसा पटवून देता येईल, त्यामध्ये जास्तीत जास्त लोकांचा सकारात्मक सहभाग कसा वाढवता येईल आणि त्या सर्व गोष्टींच्या एकत्रित बळावर मग काम कसे सोपे करता येईल, हेच मी पाहत असे. कारण माझ्या मनात सतत एक जाणीव असायची, की कुठलेही काम आपण स्वबळावर करू शकत नाही. 'मी अधिकारी आहे, सरकारची ताकद माझ्या पाठीशी आहे' अशा भ्रमात, अशा अहंकारात कधी वागायचे नाही, हे मी मनाशी पक्के केले होते. नोकरीच्या सुरुवातीच्या काळातच अशा नैतिक अधिष्ठान दृढ करणाऱ्या गोष्टी मी अंगी बाणल्यामुळेच माझा पुढचा प्रवास सोपा झाला होता.

मला आठवतेय, साधारणपणे मार्च महिना असेल. सारे काही व्यवस्थित चालू असताना अचानक पाण्याला दुर्गंधी येऊ लागली. पाण्याचे भांडे तोंडाजवळ नेताक्षणीच भपकन वास नाकात जाई अन् पाणी पिण्याची इच्छाच मरून जाई. पण पाण्याला काही पर्याय नसल्यामुळे अक्षरशः नाक दाबून पाणी प्यायची पाळी आली होती. या प्रकरणात लक्ष घालणे ही माझी जबाबदारी होती. मी एक मिटिंग बोलावली. त्या वेळी माझ्या एका फिटरने मला जे सांगितले, ते ऐकून माझे डोके सुन्न झाले.

''सायेब, दर वर्षी नदीच्या वरल्या भागात पाणी आटून मोकळं वाळवट तयार होतं. त्या येळंला मोकळ्या झालेल्या वाळवटाचा सरकार लिलाव करतं. तिथले लोक त्या जमिनी खंडानं घेत्यात. आणि त्यावर कलिंगडाचं वेल लावून शेती करत्यात.'' तो सांगत होता.

''बरं मग, त्याने काय फरक पडतो. चांगली गोष्ट आहे की. बिचाऱ्यांना पोटापाण्याला काही तरी साधन मिळतं. त्याचा आणि पाण्याला वास येण्याचा काय संबंध?'' मी त्याला मध्येच थांबवत प्रश्न केला.

''तसं न्हाय साहेब, आवं त्ये लोक त्या पिकाला गू-मुताचं खत घालत्यात.'' त्याने तोंड वाकडे करून सांगितले.

ते ऐकून माझा चेहरा पूर्ण उतरला.

तो पुढे सांगू लागला, ''ते खत पाण्यात इरघाळतं. आणि खाली व्हात नदीच्या पाण्यातबी मिसळतया बगा.''

ते ऐकल्यानंतर मला प्रचंड संताप आला. मानवी विष्ठा मिसळलेल्या पाण्याचा पुरवठा आम्ही नागरिकांना करत होतो. अशा प्रकारचा निष्काळजीपणा मला सहन होणे शक्य नव्हते. मी त्या सर्व प्रकाराची खातरजमा करून घेतली. दरम्यान माझ्या डोक्यात विचारचक्रे फिरू लागली. मला कल्पना सुचली. मी त्याच दिवशी तडक दैनिक सकाळच्या एका बातमीदाराला बोलावले. मला कळलेल्या सर्व गोष्टी त्या बातमीदाराला सांगितल्या. त्याला नेऊन सर्व परिस्थितीही दाखवली. ते पाहून त्याचेही डोके सटकले. माझे काम झाले. या सर्व प्रकारावर त्याने एक खरमरीत बातमी सकाळमध्ये प्रसिद्ध केली.

दुसऱ्या दिवशी सकाळी सकाळमध्ये मी ती बातमी वाचली. माझी खात्री पटली. माझे काम होणार म्हणून. झालेही तसेच. सर्व पंढरपुरात लोकांनी आकांडतांडव केला. सरकारवर टीकेची झोड उठवली. पुढाऱ्यांनी संबंधित अधिकाऱ्यांना खडसावून काढले. त्यानंतर लगेचच मामलतदारांनी ते सर्व कलिंगडाचे वेल उपटून टाकण्याचे आदेश दिले आणि तसे ते उपटून टाकलेही गेले. त्या दिवशी आणखी एक घटना घडली. ज्या कोळी लोकांनी त्या जमिनी खंडाने घेतल्या होत्या, त्यांनी माझ्या घरावर मोर्चा आणला. मोठमोठ्याने माझ्याविरुद्ध घोषणाबाजी चालू होती. मी न डगमगता त्या मोर्चाला सामोरा गेलो. त्यांचे म्हणणे होते, की झाल्याप्रकारामुळे त्यांच्या मिळकतीचा मार्ग बंद झाला होता. त्याला मी जबाबदार होतो. त्यांचे म्हणणे ऐकून घेतल्यानंतर मी माझी बाजू मांडली.

''हे पाहा, झाल्या प्रकाराने तुमचा मिळकतीचा मार्ग बंद पडला हे खरंय. पण तुम्ही थोडा विचार करा. तुमच्या शेतीमुळे नदीचे पाणी प्रदूषित होते.

तुमच्यासह साधारणतः चाळीसेक हजार लोक ते प्रदूषित पाणी पितात. तुम्हाला माहीत नसेल, पण जवळ जवळ ऐंशी टक्के आजार हे दूषित पाण्यामुळे होतात. तुम्ही करत असलेल्या शेतीमुळे अप्रत्यक्षरीत्या तुम्ही लोकांच्या जीवाशी खेळता आहात. तुमच्यामुळे लोकांचा जीव गेलेला तुम्हाला आवडेल का?'' मी त्यांनाच थेट प्रश्न केला.

माझ्या या प्रश्नाने त्यांच्यात चुळबूळ सुरू झाली. थोडा वेळ थांबून मी पुन्हा त्यांच्याशी बोलू लागलो,

''मला कल्पना आहे, तुम्हाला त्या शेतीतून पैसे मिळत होते, परंतु पैसे मिळवण्यासाठी तुम्ही इतर काही तरी मार्ग शोधू शकता. तसे अनेक मार्ग आहेतही; परंतु पिण्याच्या पाण्यासाठी नदीच्या पाण्याला पर्याय नाही. आता तुम्हीच ठरवा, झाले ते योग्य की अयोग्य!'' मी माझे म्हणणे मांडून शांत उभा राहिलो.

माझे म्हणणे त्यांना पटले होते. झाल्या प्रकाराबद्दल ते निराश तर होतेच, पण आपल्यामुळे होणारे लोकांचे नुकसान तर त्यांना त्याहून नको होते. माझे म्हणणे पटल्यानंतर मोर्चा शांत झाला आणि सर्व लोक निघून गेले.

त्या प्रकारानंतर काही दिवसांनी पाण्याची दुर्गंधी हळूहळू निघून गेली. तो फिटर पुन्हा मला भेटला तेव्हा म्हणाला, ''साहेब, तुमी लय चांगलं काम केलं बघा. आता सरकारने वाळवट खंडानं देणंबी बंद केलंय. हा तरास आता कायमचा थांबल बगा.'' त्याच्या चेहऱ्यावर समाधान होते. त्याच्या कौतुकाने मीही थोडा सुखावलो होतो.

मला या गोष्टी करताना त्या वेळचे पंढरपूर नगरपालिकेचे नगराध्यक्ष श्री. भिंगे, उपनगराध्यक्ष श्री. उत्पात, आमदार औदुंबर पाटील व गावातील अनेक ज्येष्ठ नागरिकांचे मोठे सहकार्य मिळाले. सरकारी नोकरीमध्ये काम करताना, योजना राबवताना कोणत्या गोष्टीस महत्त्व द्यायचे आणि कशास नाही, हे समजले तर बऱ्याच गोष्टी सोप्या होत असतात.

पंढरपुरातील पाणीपुरवठा केंद्राची यंत्रणा ही ब्रिटिशकालीन होती. स्वातंत्र्यानंतरही कित्येक वर्षे ती व्यवस्था तशीच होती. पंढरपूरचे तीर्थक्षेत्र म्हणून महत्त्व पाहता आणि जनआग्रहाचा रेटा विचारात घेऊन काही तरी करावे म्हणून सरकारने एका योजनेला मंजुरीसुद्धा दिली होती. मी तिथे रुजू होण्याच्या थोडेच आधी सरकारने 'इंप्रुव्हमेंट टू पंढरपूर वॉटर सप्लाय' ही योजना राबवण्यास सुरुवात केली होती. त्या योजनेनुसार पाणीपुरवठा करणाऱ्या पाण्याच्या टाकीपासून गावापर्यंत येणारी पाणीपुरवठा करणारे पाईप हे १५ इंच व्यासाचे होते. ते पाईप बदलून मोठ्या आकाराचे (२४ इंच आणि १८ इंच व्यासाचे) करायची

अशी ती योजना होती. दरम्यान सरकारने एक सबडिव्हीजन उघडण्यास मान्यता दिली होती आणि मी त्या सबडिव्हिजनचा पहिला अभियंता झालो होतो. चार्ज घेतल्यानंतर केलेल्या पाहणीत माझ्या असे लक्षात आले, की मंजूर झालेल्या योजनेप्रमाणे २४ व १८ इंचाचे पाईप बसवण्याचे काम पूर्ण झाले होते आणि १५ इंचाचे पाईप काढायचे काम सुरू होणार होते.

वास्तविक पाहता, सरकारचा हेतू चांगला होता. लोकांना जास्त पाणी मिळावे अशी त्यामागची भूमिका होती; परंतु त्या योजनेच्या नियोजनात गडबड होती. नवीन योजनेनुसार जादा पाणी मिळायला हवे होते, मात्र जादा पाण्याचा स्रोत कुठेही वाढणार नव्हता. पाणीपुरवठा करण्यासाठी जेवढा पाणीसाठा आधी उपलब्ध होता त्यातूनच हे जादा पाणी द्यायचे होते. तांत्रिकदृष्ट्या विचार केल्यास या योजनेचा बोऱ्या वाजणार होता. म्हणून सर्वप्रथम मी एक महत्त्वाचे काम केले, ते म्हणजे १५ इंचाचा पाईप काढण्याचे काम कंत्राटदाराच्या कामातून वगळून टाकले. कंत्राटदाराचे टेंडर हे बी-२ म्हणजे 'आयटम रेट' होते. त्यांचे म्हणणे असे होते, की १५ इंचाचा पाईप काढण्याचा दर चांगला होता आणि त्यातच त्याला फायदा मिळणार होता. मी केलेल्या कारवाईवर कंत्राटदाराने हरकत घेतली आणि वरच्या अधिकाऱ्यांकडे तक्रार केली. त्यावर वरच्या अधिकाऱ्यांनी तातडीने मला कळविले, की सर्व काम हे टेंडरप्रमाणेच व्हायला हवे. ही गोष्ट मी गृहीत धरली होती. त्यावर मी कोणतीही प्रतिक्रिया न देता थेट पंढरपूर नगरपालिकेच्या अध्यक्षांना भेटलो. त्यांना सर्व योजनेची वास्तविकता पटवून सांगितली. एवढेच नव्हे, तर माझे म्हणणे पटवून देण्यासाठी प्रात्यक्षिक दाखवण्याची तयारीही दर्शवली. त्यांनी त्याला लागलीच मंजुरी दिली.

ठरल्याप्रमाणे दुसऱ्या दिवशी मी १५ इंचाच्या पाईपमधून पाणीपुरवठा करण्याऐवजी कंत्राटदाराने नवीन टाकलेल्या २४ इंचाच्या मोठ्या आकाराच्या पाईपद्वारे पाणीपुरवठा केला. १५ इंचाच्या पाईपच्या तुलनेत २४ इंचाच्या पाईपमधून पाणी जास्त वेगाने जाऊ लागले. परिणामी पाणीपुरवठा करणाऱ्या मुख्य टाकीतील पाणी एका तासात संपले. त्यामुळे गावाला होणारा पाणीपुरवठा एका तासात बंद झाला. लोकांची एकच धांदल उडाली. सर्व लोक संतापले. लोकांनी आपला राग स्थानिक पुढारी आणि प्रशासनाला कळवला. त्यानंतर नगरपालिका अध्यक्षांनी सर्व प्रशासनाकडे तारा करून नवीन योजनेविषयी खूप ओरड केली. मी मात्र दुसरे दिवशी शांतपणे २४ इंचाच्या पाईपचे कनेक्शन काढून टाकून १५ इंचाच्या पाईपचे कनेक्शन सुरू केले. त्यादिवशी लोकांना पहिल्यासारखे दिवसाचे १२ तास पाणी मिळाले. लोकांचा राग शांत झाला, पण मला एक खंत मात्र लागून राहिली होती. त्या योजनेत सरकारचे चार ते पाच

लाख रुपये पाण्यात गेले होते. २४ इंचाचे ते पाईप नुसते पडून होते. वास्तविक पाहता, पाण्याचा साठा वाढविण्यासाठी आधी प्रयत्न केले गेले असते आणि मग पाईप लाईन टाकली असती तरच तिचा उपयोग झाला असता. पण तसे घडले नाही.

त्या वेळच्या परिस्थितीनुसार मला एक गोष्ट मात्र नक्की माहीत होती, ती म्हणजे काही समाजनिष्ठ राजकारण्यांची समाजाप्रति असलेली सेवेची भावना. त्या वेळचे बरेचसे राजकारणी हे व्यापक समाजहिताच्या विरोधात फारसे जायचे नाहीत. म्हणून मी अनेकदा अशा प्रकरणांमध्ये त्यांना विश्वासात घ्यायचो. माझ्या अशा कार्यपद्धतीचा मला पुढे खूप उपयोग होत गेला. त्यामुळे एक चांगला, दूरदृष्टी ठेवून काम करणारा अधिकारी अशी माझी प्रतिमा होऊ लागली. त्यामुळे मी सुचविलेल्या गोष्टींचा गांभीर्याने विचार मात्र होऊ लागला होता. म्हणूनच पंढरपूर येथे सबडिव्हिजन बरोबरच करमाळा, बार्शी, सांगोला, मंगळवेढा तालुक्यातील पाण्याच्या योजनाही प्रशासनाने माझ्यावर सोपवल्या होत्या. त्या योजनांचा अभ्यास (फिजीबिलिटी स्टडी) करून योजना सादर करण्याचे महत्त्वाचे काम माझ्यावर सोपविले होते. बार्शी येथे पाण्याचा समतोल वापर व्हावा म्हणून दोन आर.सी.सी. रिझरवायरचे काम माझ्याकडे सोपविले होते आणि मी ते पूर्ण केले होते.

पंढरपुरात माझ्या कामामुळे अनेक लोकांशी माझे घनिष्ठ संबंध प्रस्थापित झाले होते. पंढरपुरातून माझी बदली झाली, त्यानंतर अनेकांनी मला प्रीतिभोजनासाठी निमंत्रणे दिली. त्या वेळी जवळपास पंधरा दिवस आमच्या घरी चूल पेटली नव्हती. सकाळ-संध्याकाळ कुणाकडे ना कुणाकडे तरी जेवणासाठी निमंत्रण असायचेच. माझ्या सेवेने मला ती प्रतिष्ठा बहाल केली होती. माझ्या जीवनात मी सेवेला सर्वाधिक महत्त्व दिले. मला नेहमी पुंडलिकाचे उदाहरण आठवते. त्याची निष्काम आणि निश्चल सेवा आठवते. पुंडलिकासमोर प्रत्यक्ष पांडुरंग उभा राहिला त्या वेळी तो आपल्या मातापित्याचे पाय चेपत होता. पांडुरंगाला पाहिले तरी त्याने मातापित्यांचे पाय चेपणे थांबवले नाही. पांडुरंगाला उभे राहण्यासाठी त्याच्यासमोर दोन विटा त्याने टाकल्या. पुंडलिकाला माहीत होते, की या सेवाकर्मामुळेच आज पांडुरंग आपल्या दारात आला आहे. हे सेवाकर्म सोडून मी जाईन तर देवही पळून जाईल. परंतु हे सेवाकर्म जोपर्यंत करीत आहे, तोपर्यंत युगे अठ्ठावीस हा पांडुरंग माझ्यासमोर उभा राहील. केवढी ही सेवेची महानता. मला हे उदाहरण खूप महत्त्वाचे वाटते.

■

पंढरपूर पाणीपुरवठा योजनेचे भूमिपूजन करताना पंढरपूरचे नगराध्यक्ष श्री. भिंगे, उपनगराध्यक्ष श्री. उत्पाद आणि इतर मान्यवरांसमवेत प्रभाकर भिडे

पंढरपूर कार्यालयाच्या उद्घाटनप्रसंगी भाषण करताना प्रभाकर भिडे

क र मा ळा

व्हाया पंढरपूर

पंढरपूरमधील माझ्या कामाची आमच्या डिपार्टमेंटमध्ये चांगलीच ख्याती झाली होती. म्हणूनच पंढरपूर सबडिव्हिजनबरोबरच माझ्यावर करमाळा, बार्शी, सांगोला, मंगळवेढा तालुक्यातील पाण्याच्या योजनाही सोपवल्या होत्या. त्यापैकी करमाळा योजनेमध्ये केलेले काम मी विसरू शकत नाही.

करमाळा वॉटर वर्क्सच्या योजनेस इतिहास आहे. तिथे पाण्याचे अतिशय दुर्भिक्ष होते. पाणी पुरवठ्यासाठी तिथे काही हौद बांधलेले होते. त्या हौदात पाणी मात्र अत्यल्पच असायचे. खरडून खरडून पाणी भरावे लागायचे. घरचा एक माणूस या कामात अक्षरशः दिवसभर गुंतलेला असायचा. करमाळ्यातील या परिस्थितीमुळे तिथले जीवन खूपच कष्टमय झाले होते. पाण्यासाठी जनतेचे हाल होत होते. जिथे माणसाला पाण्याची भ्रांत होती, तिथे गुराढोरांचे तर विचारायलाच नको. अशा परिस्थितीमध्ये या गावात आपली मुलगी देऊन सोयरिक करायला लोक धजावत नसत. इतकी बिकट परिस्थिती होती.

त्या वेळी या ठिकाणी पांडुरंग जगताप हे गृहस्थ आमदार होते. त्यांना गावात फार मान होता. त्यांचे बंधू नामदेवराव जगताप हे सोलापूर जिल्हा परिषदेचे अध्यक्ष होते. तत्कालीन मुख्यमंत्री यशवंतराव चव्हाणांचे ते मित्र होते. एकूणच त्यांची प्रतिष्ठा आणि कर्तबगारी मोठी होती. तसेच जनतेसाठीही ते

मोठ्या तळमळीने काम करत होते. करमाळ्यातील लोकांचे हाल समजावून घेऊन त्यांनी करमाळ्यासाठी पाणी पुरवठा योजना मंजूर करून घेतली होती. आजच्या राजकीय परिस्थितीशी तुलना करता त्या वेळची परिस्थिती खूपच समाधानकारक अशी होती. पांडुरंग जगताप यांच्यासारखे नेते महाराष्ट्रभर विखुरलेले होते. जनतेच्या प्रश्नाशी, अडीअडचणींशी, समस्यांशी त्यांची नाळ घट्ट जोडलेली होती. जनतेच्या प्रश्नांवर जातीने लक्ष घालून तोडगा निघेपर्यंत ते स्वस्थ बसत नसत. शिवाय ही कामे करताना टक्केवारीची भानगडही कधी त्यांच्या डोक्यात नसायची. लोककल्याण हे त्यांच्या फर्स्ट प्रायोरिटीवर असायचे. जनतेचे एखादे काम पूर्ण करण्यासाठी येणाऱ्या प्रत्येक अडचणीला ते स्वतः सामोरे जायचे. म्हणूनच माझ्यासारख्या सरकारी कर्मचाऱ्यांनाही काम करताना एक वेगळा उत्साह यायचा. कामाविषयी एकप्रकारची श्रद्धा उत्पन्न व्हायची.

मला आठवतेय, करमाळ्याच्या पाणी पुरवठा योजनेचे काम चालू होते. एका टेकडीवर एक दगडी भिंतीची टाकी बांधायची होती. या टाकीच्या भिंती यु.सी.आर. (अनकोर्स्ड रबर मेसनरी) पद्धतीने बांधायच्या होत्या. हे काम थोडेसे कमी दर्जाचे असते, पण कामाचे बजेट कमी असल्यामुळे त्याला पर्याय नव्हता. आमदार पांडुरंग जगताप यांनी ते काम करणाऱ्या कंत्राटदाराला बोलावून घेतले. त्यांनी त्याला ते टाकीचे काम उत्तम दर्जाचे व्हायला हवे, असे सांगितले. त्यासाठी कमी असलेल्या बजेटचा विचार न करता ते सी. आर. मेसनरी या दर्जेदार पद्धतीनेच बांधण्यास सांगितले. कंत्राटदारानेही तसे केले. ही गोष्ट मला खूप कौतुकास्पद वाटते. आज सरकारी कामे करताना कंत्राटदार, सरकारी अधिकारी आणि पुढारी संगनमत करून सरकारी कामांची बजेट किती फुगवतात आणि तशा फुगविलेल्या बजेटमध्येही कामे मात्र निकृष्ट दर्जाचीच करतात, तेव्हा मात्र मन खूपच खट्टू होते. समाजाचा पैसा अशा पद्धतीने लाटणाऱ्यांची प्रचंड चीड येते. आणि त्याच वेळी जगताप यांच्यासारख्या लोकनेत्यांचीही आठवण होते.

जगताप यांचा करमाळ्याच्या त्याच योजनेसंदर्भातील आणखी एक किस्सा मला आठवतो. त्या योजनेसाठी सीना नदीवरून पाणी आणले होते. सीना नदीवरून पाणी उचलण्यासाठीची यंत्रसामग्री (इन्टेक, जॅकवेल इत्यादी) बसविण्याचे काम चालू होते. ही कामे सरकारच्या महसूल खात्याच्या जमिनीवर चालू होती. ती जमीन महसूल खात्याकडून पाणीपुरवठा विभागाकडे हस्तांतरीत झालेली नव्हती. महसूल खात्याच्या लोकांना ज्या वेळी हे निदर्शनास आले, त्या वेळी त्यांनी आमच्या पाणीपुरवठा खात्याला अतिक्रमणाची नोटीस काढून पाठवून

दिली. अशा परिस्थितीत दोन्ही खात्यामध्ये संघर्षाची परिस्थिती उद्भवण्याची शक्यता असते. नोटिसीनंतर काम थांबले होते. त्यामुळे साहजिकच पाणी पुरवठा योजना लवकर सुरू करण्यावर त्याचा परिणाम होणार होता. आमच्या सुपरवायझरनी या साऱ्या परिस्थितीचे गांभीर्य लक्षात घेऊन नोटीशीसह थेट आमदार जगतापांना गाठले. झालेल्या सर्व गोष्टी त्यांच्या निदर्शनास आणून दिल्या. त्यावर जगतापांनी थेट सोलापूरच्या जिल्हाधिकाऱ्यांना फोन करून जमीन ताबडतोब हस्तांतरित करण्याची विनंती केली. त्यांच्या फोननंतर काही दिवसांतच ती जमीन महसूल खात्याकडून पाणी पुरवठा विभागाकडे हस्तांतरित झाली आणि योजना वेळेत पूर्ण झाली.

करमाळ्याची पाणी पुरवठा योजना पूर्ण झाली आणि तिथले जीवन पालटू लागले. दिवस दिवस पाण्यासाठी हाल सोसणाऱ्या लोकांचे हाल थांबले. लोकांच्यात एक वेगळेच चैतन्य संचारले. मी योजनेचा एक महत्त्वाचा घटक असल्याने लोकांनी माझेही तोंडभरून आभार मानले. लोकांचे ते प्रेम आणि त्यांचे कष्ट दूर झालेले पाहून मला अतीव आनंद झाला. सामान्य माणसांच्या डोळ्यांतले कृतज्ञतेचे भाव तुम्हाला कृतकृत्य करून टाकतात. तो अनुभव काही वेगळाच असतो. असे अनुभव सरकारी नोकरीत पदोपदी येत असतात. गरज असते ती फक्त आपण तो अनुभव आणि त्या अनुषंगाने मिळणारे समाधान आपल्या पदरात कसे पाडून घेतो याची.

■

मुक्काम

को ल्हा पू र

पंढरपुरात मला खूप मनासारखे काम करायला मिळाले. त्यानंतर माझी बदली कोल्हापूर येथे झाली. पंढरपूर आणि कोल्हापूर या दोन्ही गावांमध्ये तसा बराच फरक होता. पंढरपूरच्या मानाने कोल्हापूर तसे मोठे शहर होते. इथले लोकांचे राहणीमान वेगळे होते. बोलण्याची ढब वेगळी होती. इथे बायकाही पुरुषांसारख्या 'येतो', 'जातो', 'खातो' अशा बोलायच्या. सुरुवातीला या साऱ्या गोष्टींची गंमत वाटायची; पण जशी माया आणि प्रेम मला पंढरपुरात मिळाले, तसेच प्रेम मला कोल्हापुरातही मिळाले. इथला पांढरा रस्सा, झणझणीत मिसळ, धारोष्ण दुधाने आणि कुस्तीने मलाही भुरळ घातली होती. कोल्हापूरच्या माणसांचे वैशिष्ट्य म्हणजे अगत्य. अगत्य करण्यात कोल्हापूरकर मंडळी थोडी जास्तच म्हणावीत. अशा या कोल्हापुरात माझी बदली झाली होती.

कोल्हापुरात मला जे महत्त्वाचे काम सोपवण्यात आले ते म्हणजे भुयारी गटार योजनेचे (अंडरग्राउंड ड्रेनेज सिस्टिम). भुयारी गटाराची योजना राबवण्याचे काम तसे खूप अवघड असते. या कामातील क्लिष्टता तुमच्या अनुभवाचा अगदी कस पाहत असते. शिवाय झालेल्या चुकांमुळे मोठ्या नुकसानीची शक्यताही नाकारता येत नाही. म्हणूनच अशा कामासाठी मी योग्य व्यक्ती असल्याचे माझ्या वरिष्ठांना वाटत होते. विशेषतः आमचे सर्वांत मोठे साहेब परांजपे यांना.

ते सार्वजनिक आरोग्य खात्याचे मुख्य अभियंता होते. त्यांचा माझ्यावर विशेष विश्वास आणि लोभ होता. माझ्या पंढरपुरातील कारकिर्दीमुळे ते माझ्यावर चांगलेच खूष झाले होते. सरकारी कर्मचारी, पुढारी आणि जनतेला सोबत घेऊन काम करण्याची माझी हातोटी यांमुळे कामे विनासायास यशस्वी होत असत. अशा प्रकारच्या योग्य समन्वयाची कोल्हापुरातील भुयारी ड्रेनेजचे काम पूर्ण होण्यास मदत होणार होती. म्हणूनच त्यांनी आग्रहाने माझी बदली कोल्हापूरला केली होती.

कोल्हापुरातील आरोग्य खात्यात तीन नवीन उपविभाग आणि एका मुख्य विभागाची निर्मिती केली होती. त्यातील एका उपविभागाची सूत्रे मला मिळाली. प्रमुख विभागाचे जे मुख्य कार्यकारी अभियंता होते, त्यांची निवृत्ती जवळ आली होती. निवृत्तीच्या आधी एके दिवशी त्यांनी मला बोलाविले.

''मि. भिडे, काय मग कसे वाटतेय कोल्हापूर?'' ते माझी चौकशी करू लागले.

''छान आहे साहेब. अजून रुळतोय.''

''तुमच्याबद्दल खूप ऐकलंय मी. पंढरपुरात खूप चांगलं काम केलंत तुम्ही.''

''तसं काही नाही साहेब. सर्वांनीच चांगली साथ दिली म्हणून झाली काही चांगली कामं.''

''चांगला ॲटिट्यूड आहे तुमचा. आवडला मला. बरं भिडे, मी तुम्हाला एका विशेष कारणासाठी बोलावलंय.''

''सांगा ना साहेब.''

''मी आजवर वॉटर सप्लायची खूप कामं केली, पण हे ड्रेनेज प्रकरण काही मला फारसं माहीत नाही. त्यामुळे तुम्ही ते सारं पाहावं, असं मला वाटतं.''

''नक्की साहेब. मलाही एक चांगलं काम करण्याची संधी मिळेल.''

''गुड.. तुमच्या होकाराने माझ्यावरचा ताण कमी झाला. ठीक आहे मग आपण त्यावर लवकरच सविस्तर बोलू यात.''

''होय साहेब. नक्की.''

अशा प्रकारे आमचे बोलणे झाल्यानंतर मी आनंदाने तिथून बाहेर पडलो. मुख्य विभागाचे प्रमुखच सोबत असल्यामुळे माझे बरेचसे काम झाले होते. त्यामुळे कामात फारसा व्यत्यय येणार नाही, याची खात्री झाली. तसेच माझ्यासारखेच उरलेल्या दोन उपविभागांवर प्रमोशन होऊन नियुक्त झालेले दोन

उपअभियंता यांनीही माझी भेट घेतली. माझ्याकडून सर्व भुयारी गटार योजनेची सविस्तर माहिती घेतली आणि माझ्या नियंत्रणाखाली कोल्हापुरातल्या भुयारी योजनेचे नियोजन करण्याचे काम सुरू झाले.

ड्रेनेज सिस्टिमची रचना करण्याचे काम खूप अवघड असते. ड्रेनेज सिस्टिमच्या पाइपलाइनची पद्धत आपल्या नेहमीच्या पाण्याच्या पाइपलाइनच्या पद्धतीसारखी साधीसोपी नसते. पाणीपुरवठा करण्याची त्या काळातील पद्धत म्हणजे गावात उंच ठिकाणी टाकी बांधायची. या टाक्यांची संख्या गावाच्या-शहराच्या लोकसंख्येवर अवलंबून असायची. त्या टाक्यांमध्ये पहिल्यांदा पाणी सोडून त्या भरल्या जायच्या. त्यानंतर सगळीकडे उच्च दाबाने पाणी सोडले जायचे. ते पाणी रस्त्याच्या कडेने पाईपलाइन टाकून घरोघरी पुरविले जायचे. असे गृहीत धरा की- जर जमिनीची पातळी आणि पाण्याचे प्रेशर यातील प्रमाणाला तांत्रिक भाषेत 'हेड' असे म्हणतात- हेडचे प्रमाण हे वेगवेगळ्या कारणांमुळे कमी-जास्त होत असते. म्हणजेच हेड कमी-जास्त झाल्यास पाण्याचा दाबही कमी-जास्त होणार. हा हेड कमी जास्त होण्याची निरनिराळी कारणे असतात. त्यापैकी एक म्हणजे घर्षण, त्याला आम्ही 'फ्रिक्शनल लॉस' म्हणतो. हेड कमी होण्याचे दुसरे कारण म्हणजे, रस्त्याची पातळी (Level). जर रस्त्याची पातळी कमी जास्त होत असेल, तरीही हेडमध्ये म्हणजेच पाण्याच्या दाबामध्ये फरक पडतो. असे असले तरी एकूण घरोघरी पोहोचणारे पाणी हे बऱ्यापैकी दाबानेच पोहोचते. हे झाले पाण्याच्या बाबतीत; परंतु ड्रेनेजची पाईपलाईन करताना पाईपला योग्य उतार (Slope) देऊनच ती टाकावी लागते. जर एखाद्या ठिकाणी उंचवटा आला तर तशा परिस्थितीत योग्य तो उतार मिळेपर्यंत खोदकाम केले जाते. जर तसे केले नाही तर त्या भागात घाण साचून चोकअप होण्याची शक्यता असते. म्हणूनच ड्रेनेजच्या पाईपलाईनचे काम हे खूप कष्टाचे आणि काळजीपूर्वक करण्याचे बनते. कामातला ढिसाळपणा आणि तांत्रिक बाबींमधला हलगर्जीपणा भविष्यात भोवण्याची शक्यता जास्त असते.

कोल्हापुरातले गटार हे भुयारी पद्धतीचे बनवायचे होते. पूर्वीच्या काळी ड्रेनेज पाईपलाईन ही आंघोळीच्या पाण्यासाठी (Sullage) वेगळी आणि मलमूत्राच्या पाण्यासाठी (Sewage) वेगळी टाकली जात असे. कारण त्यामुळे मलमूत्राचे पाणी वेगळे काढून एका टाकीत (Septic Tank) साठवले जात असे. त्यामुळे त्या पाण्यामध्ये ॲनारोबिक विषाणू तयार होऊन जैविक प्रक्रिया घडण्यास मदत होते. या प्रक्रियेमध्येही घाण वास हा येतच असतो.

आता जेव्हा भुयारी पद्धतीची गटारे बनवायची असतात, त्या वेळी आंघोळीचे पाणी आणि मलमूत्राचे पाणी हे एकाच पाईपमधून न्यायचे असते. त्यामुळे पाईपचा साईज ठरविण्यापासून अनेक प्रकारच्या तांत्रिक गोष्टी ह्या अवघड बनतात. कारण जर पाईपचा साईज लहान झाला, तर सकाळी जेव्हा मलमूत्र जास्त प्रमाणात वाहत असते त्या वेळी पाईपच्या लहान आकारामुळे अतिरिक्त मलमूत्र पाईप बाहेर वाहून येण्याची शक्यता असते. आता रात्रीच्या वेळी जेव्हा पाईपमधून वाहणाऱ्या पाण्याचा आणि मलमूत्राच्या प्रवाहाचा वेग इतर वेळेपेक्षा खूपच कमी असतो, त्या वेळेस पाईपचा आकार मोठा असल्यास तो गाळ कमी प्रवाहामुळे पाईपमध्येच राहण्याची शक्यता असते. त्यालाच तांत्रिक भाषेत सिल्टिंग असे म्हणतात. भुयारी ड्रेनेजच्या प्रोजेक्टमध्ये दोन गोष्टी कराव्या लागतात. पहिली गोष्ट म्हणजे मलमूत्र, आंघोळीचे व इतर वापराचे पाणी हे पाईपमधून एकत्र व्यवस्थित वाहून जाईल अशी व्यवस्था करावी लागते. दुसरी गोष्ट म्हणजे, त्या सर्व घाण पाण्याच्या शुद्धीकरणाची प्रक्रिया. आता ते पाणी किती शुद्ध करावयाचे हे सर्व खर्चावर अवलंबून असते. तिथल्या स्थानिक संस्थेच्या खर्च करण्याच्या क्षमतेवर त्या प्रोजेक्टची क्षमताही अवलंबून असते आणि तितकेच पाणी शुद्ध होते.

वास्तविक पाहता, भारतात इतर विकसित राष्ट्रांच्या तुलनेत अशा प्रकारच्या जलशुद्धीकरण प्रकल्पांवर खूपच कमी खर्च केला जातो. परिणामी, असे मलमूत्रादी पाणी ज्या प्रमाणात शुद्ध व्हायला हवे, तसे ते होत नाही. कधी कधी जसेच्या तसे ते पाणी नदीमध्ये प्रवाहित केले जाते. त्यामुळे ज्या नद्या तुमच्या पर्यावरणाच्या नसा असतात, त्याच प्रदूषित होऊन जातात. शरीरामध्ये ज्याप्रमाणे नसांमधून दूषित रक्तपुरवठा व्हावा, तशा या नद्या दूषित पाण्याचा पुरवठा निसर्गाला करतात. तेच पाणी दुसऱ्या दिवशी शुद्धीकरण करून आपल्या नळाला येते, ग्लासात येते, तोंडात येते आणि पोटात जाते. ते पाणी शुद्ध करण्यासाठी, पिण्यायोग्य बनविण्यासाठी मग प्रक्रियेद्वारे औषधांचा भडिमार केला जातो. अशा औषधांचा परिणाम मानवी शरीरावरही होऊ शकतो.

प्रसिद्ध विचारवंत, संशोधक आणि सामाजिक कार्यकर्ते डॉ. अभय बंग यांनी एका व्याख्यानात एक उदाहरण सांगितले होते. ते म्हणतात-

इंग्लंडमधून प्रसिद्ध होणाऱ्या 'इकॉलॉजिस्ट' नावाच्या मासिकात छापून आलेली एक गोष्ट सांगतो. ती एका डेंटिस्टसंबंधीची गोष्ट आहे. तो डेंटिस्ट आपल्या पेशंट्सना सांगायचा, की

फ्ल्युरॉईड असलेली टूथपेस्ट वापरा. फ्ल्युरॉईडमुळे दातांचे संरक्षण होते वगैरे वगैरे! एकदा तो रेल्वेतून प्रवास करत असताना त्याची रसायनशास्त्राच्या प्राध्यापकाशी ओळख झाली. बोलता बोलता त्या प्राध्यापकाने डेंटिस्टला विचारले, ''तुम्ही जे फ्ल्युरॉईड वापरायला सांगता, ते नेमके कोणते फ्ल्युरॉईड?'' त्यावर डेंटिस्ट म्हणाला, ''कोणते म्हणजे, फ्ल्युरॉईडचे प्रकार असतात, हे मला माहीत नाही.'' त्यावर तो प्राध्यापक म्हणाला, ''अहो फ्ल्युरॉईड हा पदार्थ निसर्गात एकटा राहूच शकत नाही. त्याचे काही तरी कम्पाउंड तयार व्हायला लागते... तुम्ही लोकांना कोणते फ्ल्युरॉईड वापरायला सांगता?'' त्या डेंटिस्टला अतिशय लाज वाटली. त्याचा विचार त्याने कधी केलाच नव्हता.

घरी आल्यानंतर त्याने काही पुस्तके काढून पाहिली. त्याच्या लक्षात आले, की तो प्राध्यापक म्हणत होता ते बरोबर होते. सोडियम फ्ल्युरॉईड हे अतिशय द्राव्य असते आणि कॅल्शियम फ्ल्युरॉईड हे कमी द्राव्य असते. पुस्तके वाचल्यानंतर आणखी एक गोष्ट त्याच्या लक्षात आली. विदेशात पाण्याचे फ्ल्युरिडेशन करतात. दातांना कीड लागू नये म्हणून, सार्वजनिक पाणी पुरवठा यंत्रणा पाण्यामध्ये फ्ल्युरॉईड मिसळते. त्या डेंटिस्टने मग सिटी वॉटर सप्लाय इंजिनिअरला फोन करून विचारले, की ''तुम्ही कोणते फ्ल्युरॉईड वापरता?'' त्यावर तो म्हणाला, ''सिलिका फ्ल्युरॉईड.'' त्याच्या उत्तराने डेंटिस्ट आणखीच बुचकळ्यात पडला. सोडियम फ्ल्युरॉईड आणि कॅल्शियम फ्ल्युरॉईड बद्दल आपण वाचले, पण हे सिलिका फ्ल्युरॉईड काय प्रकरण आहे? त्याने पुन्हा त्या इंजिनिअरला विचारले, ''तुम्ही ते सिलिका फ्ल्युरॉईड कुठून आणता?'' इंजिनिअर म्हणाला, ''फॉस्फेटच्या खाणीतून जो विषारी गाळ निघतो, तो गाळ म्हणजे सिलिका फ्ल्युरॉईड. तो खूप स्वस्त असतो आणि म्हणूनच आम्ही इतर फ्ल्युरॉईडपेक्षा त्याला प्राधान्य देऊन त्याची खरेदी करतो. कारण शुद्ध फ्ल्युरॉईड खूपच

महाग आहे.. आणि हो, एक गोष्ट तुम्हाला सांगतो, कुणाला सांगू नका, त्यामध्ये आर्सेनिक आणि लेडही असते. आर्सेनिकमुळे आपल्याला कॅन्सर होऊ शकतो आणि लेडमुळे ॲनिमिया, हेही आम्हाला माहीत आहे. तरीही स्वस्त असल्यामुळे आम्ही तेच वापरतो. मी यावर काही करू शकत नाही. वरूनच या गोष्टी घडतात. मी फक्त एक काळजी घेतो, माझ्या घरी मी सार्वजनिक पाणी पुरवठ्याचे पाणी वापरत नाही.''

त्या इंजिनिअरशी झालेल्या संवादानंतर तो डेंटिस्ट सुन्न झाला. त्याने यावर काही पेपर लिहून ते प्रसिद्ध करण्यासाठी डेंटल असोसिएशनच्या अध्यक्षांकडे पाठवून दिले. त्यावर त्या अध्यक्षांनी त्याला धमकीवजा इशारा दिला, की त्याला स्वतःचा जीव प्यारा असेल, तर त्याने या फंदात पडू नये.

तो गप्प राहिला. फक्त त्यानेही घरात सार्वजनिक पाणी पुरवठ्याचे पाणी वापरणे बंद केले. काही दिवसांनंतर त्याला प्रोस्टेटचा कॅन्सर झाला. दवाखान्यात गेल्यानंतर आणि टेस्ट केल्यानंतर कळले, की त्याच्या रक्तात आर्सेनिकची पातळी ७० पटींनी वाढलेली आहे. युरोलॉजिस्टने सांगितले, की ''पाण्यातल्या आर्सेनिकमुळे हा कॅन्सर होतो.'' त्यावर तो डेंटिस्ट म्हणाला, की ''पण मी तर मिनरल वॉटरच पिण्यासाठी वापरतो. मग मला कसा काय हा कॅन्सर होऊ शकतो?''

''तुम्ही मिनरल वॉटरचे पाणी पीत असाल, परंतु आंघोळीचं काय? आर्सेनिक आणि पाणी हे त्वचेमधूनही शोषले जातेच ना!''

डेंटिस्ट त्या न्युरोलॉजिस्टकडे स्तब्ध होऊन पाहत राहिला.

ही घटना खरेच स्तब्ध करणारी आहे. भ्रष्टाचार हा फक्त आपल्या देशातच फोफावला आहे आणि तो फक्त आपल्या देशाचे व नागरिकांचेच नुकसान करतोय असा जर आपला समज असेल तर तो चुकीचा आहे. भ्रष्टाचार

हा सार्वत्रिक आहे. आपल्या इथेही बऱ्याचदा पाणी शुद्धीकरणाच्या प्रक्रियेवर काम करणाऱ्या कर्मचाऱ्यांकडून बेजबाबदारपणामुळे औषधांचा वापर सुयोग्य प्रमाणात होईलच, याची शाश्वती देता येत नाही.

मी ज्या काळात भुयारी गटार योजनेचे काम हाती घेतले, त्या वेळी लोकसंख्येची घनता ही आजच्या तुलनेत खूपच कमी होती; परंतु आज पुण्या-मुंबईसारख्या शहरातील परिस्थिती बघितली तर सांडपाण्याचा प्रश्न किती बिकट झालाय ते कळून येईल. या शहरातून वाहणारी गटारे कोणती आणि नद्या कोणत्या हेच सांगता येत नाही. आपल्याकडील प्रशासनाच्या दृष्टीने रस्ते, वीज या गोष्टी जितक्या महत्त्वाच्या आहेत, तितके सांडपाण्याचे व्यवस्थापन, कचरा व्यवस्थापन महत्त्वाचे नाही, पण हे आपल्याला थांबवावे लागेल. परिस्थिती आधीच हातातून निघून गेलीय. ती नियंत्रणात आणायला हवी. आरोग्याच्या प्रश्नाकडे आपण शासकीय यंत्रणा आणि लोकप्रतिनिधींचे लक्ष वळवायला हवे. आपल्या नद्यांना त्यांचे वैभव पुन्हा मिळवून द्यायला हवे. सर्व सजीव-निर्जीव एकमेकांवर अवलंबून आहेत. या पृथ्वीवरचा प्रत्येक प्राणी निसर्गाकडून किंवा इतर प्राण्यांकडून काही घेत असतो, आणि त्या बदल्यात काही परतही करत असतो. त्याला एकच प्राणी अपवाद आहे. मनुष्यप्राणी. मनुष्यप्राणी निसर्गाकडून खूप गोष्टी घेतो; पण त्या परत करतो ते प्रदूषणाच्या रूपात. असो.

तर मी कोल्हापुरातल्या भुयारी सांडपाणी व्यवस्थापनाविषयी सांगत होतो. माझ्याकडे मलनिःस्सारण प्रक्रियेच्या डिझाइनचे काम आले. काम सुरू करण्याआधी मी त्याचा काही अभ्यास केला; परंतु फक्त अभ्यासावर माझे समाधान झाले नाही. प्रत्यक्ष एखाद्या प्रकल्पावर जाऊन पाहणी करावी आणि तिथे काम करणाऱ्या कर्मचाऱ्यांशी चर्चा करावी, असे मला वाटले. कारण अनेक वेळा फक्त पुस्तकी ज्ञानाचा उपयोग करून किंवा कागदावर डिझाइन करून प्रकल्पांची उभारणी केली जाते. त्यामुळे नंतर त्यातील गंभीर स्वरूपाच्या अडचणी समोर येतात आणि त्या तुमची मती गुंग करून टाकतात. त्या चुका नंतर दुरुस्त करणे अशक्य तरी असते किंवा खर्चिक तरी. त्यापेक्षा तुम्ही थोडा वेळ काढून तुमच्या ज्ञानात भर घातल्यास तुमचे काम सोपे आणि निर्दोष होण्यास मदत होऊ शकते. मला आमच्या कॉलेजमध्ये एका प्राध्यापकांनी सांगितलेली एक गोष्ट आठवते.

''एक व्यक्ती जंगलामध्ये कुऱ्हाडीने झाड तोडत होता.'
झाडाचा घेर बऱ्यापैकी मोठा होता. झाड तोडता तोडता

त्याला दम लागत होता; परंतु तरीही तो चिकाटीने झाड तोडत होता. तेवढ्यात तिथून जाणाऱ्या एका व्यक्तीने त्याला पाहिले. तो त्याच्या जवळ आला. तो म्हणालो, ''तू काय करतोयस?''

''दिसत नाही का?'' झाड तोडणाराने रागाने उत्तर दिले. ''झाड तोडतोय.''

''दमलेला दिसतोयस! बराच वेळ काम चाललेलं दिसतंय.''

''पाच तास झाले. खरंच दमलोय. फारच टणक लाकूड आहे.''

''पाच तास झाले.'' विचारणारा चकित होतो. थोडा वेळ थांबून तो म्हणतो, ''पाच मिनिटं थांबून तुम्ही तुमच्या कुऱ्हाडीला धार का लावत नाही.''

त्यावर कुत्सितपणे हसत झाड तोडणारा म्हणतो, ''हं... धार लावायला मला वेळ नाही. त्यापेक्षा मला झाड तोडत राहणं जास्त सोयीचं वाटतं.''

झाड तोडणारा झाड तोडतच राहिला.

खरे तर त्या झाड तोडणाराने पाच मिनिटे थांबून कुऱ्हाडीला थोडी धार लावली असती, तर त्याचा झाड तोडण्याचा वेग वाढला असता. पण ती पाच मिनिटे द्यायला तो तयार नव्हता. आपलेही बऱ्याचदा असेच होते.

अशा अविचाराने होणाऱ्या कामांतील सर्वांत उत्कृष्ट उदाहरण म्हणजे आपल्याकडील लोकवस्तीतील रस्ते. जे रस्ते काही ना काही कारणासाठी वरचेवर खोदले जातात. कधी कधी तर रस्ता करून महिना दोन महिनेही झालेले नसतात आणि कुठल्या तरी कामासाठी तो खोदला जातो. त्याची अक्षरशः वाट लावली जाते. अशा बनविलेल्या रस्त्यांवर वर्षभरानंतर ठिगळांचेच साम्राज्य पाहायला मिळते. मलनिःस्सारणाचा प्रकल्प मला निर्दोष करायचा होता. म्हणून मग मी दादरच्या मलनिःस्सारण प्रकल्पाला भेट देण्याचे ठरविले. तिथे मुंबई महानगरपालिकेने एक प्राथमिक स्वरूपाचा मलनिःस्सारण प्रकल्प उभारला होता. मी तिथल्या ऑपरेटरला भेटलो. त्याने मला सर्व प्रकल्पाविषयी व्यवस्थित माहिती दिली. त्यानंतर मी त्याला काही शंका विचारल्या.

''हा प्लांट तुम्ही म्हणता तसा प्राथमिक आहे. पण मला तर बऱ्यापैकी चांगला वाटतोय.''

त्यावर तो म्हणाला, ''अहो साहेब, प्लांट चांगला आहे. सगळं व्यवस्थित होतंय इथं, पण एक अडचण आहे.''

''काय हो?''

''आता तुम्हाला तर माहीतच हाय, की सिवेजची टाकी खोल असत्यात आणि त्यात विषारी गॅसबी तयार होतो ते. या टाकीत जो स्क्रीन म्हणजे जी जाळी लावलीया तीही खालीच येतेय. त्यामुळे तो स्क्रीन जर साफ करायचा आसल तर ऑपरेटरला खाली उतराया लागतंय. पण खाली उतरायच्या आगोदर आमी एक दिवा खाली सोडतो. जर तो दिवा विजला तर आमी समजतो की खाली ऑक्सिजन नाय हाय ते. आणि तसं नाय केलं तर गुदमरून जीवावरबी बेतू शकतं आमच्या.'' तो कर्मचारी चेहरा वेडावाकडा करून सांगत होता.

ही समस्या मोठी होती. कधी तरी कर्मचाऱ्यांच्या निष्काळजीपणामुळे त्याच्या जीवावरही बेतण्याची शक्यता नाकारता येत नव्हती.

''हं... हा खरंच मोठा प्रॉब्लेम आहे. पण मग यावर काही उपाय करता येत नाही का?''

''इथं आता ते शक्य नाय बघा. आमचं मरणच हाये.''

''पण मग आम्ही आमच्याकडे काय सोय करावी, असं तुम्हाला वाटतं.''

''तुमी सायेब एक करा. तुम्ही दोन स्क्रीन बसवा. आणि त्यांना दोराच्या साह्याने खाली वर उचलून ठेवता यील असं काही तरी बघा. म्हणजे एक स्क्रीन ज्या वेळी साफ करायचा आसल त्या वेळी तो उचलून वर घेऊन साफ करता यील. आणि दुसरा साफ करायच्या वेळी पहिला खाली ठेवून दुसरा वर उचलून साफ करता यील.''

त्या ऑपरेटरने सुचवलेल्या उपायामुळे मी बेहद्द खूष झालो. दादरच्या त्या प्रकल्पाला भेट देण्याचा उद्देश सफल झाला होता. मी त्या प्लांटची सविस्तर माहिती घेऊन त्यातील चुका आणि उत्कृष्टपणा नेमकेपणाने हेरला होता. कोल्हापुरातल्या ड्रेनेज सिस्टिमच्या नियोजनाचे काम मी पूर्ण केले. त्यानंतर मी नोकरीचा राजीनामा दिला. कारण माझी पुणे येथील एमआयडीसीमध्ये कार्यकारी अभियंता म्हणून नेमणूक केलेली होती.

कोल्हापुरातील त्या योजनेने मलाही खूप काही शिकवले. मुळात

आपल्याकडच्या सांडपाणी व्यवस्थापनासंदर्भातल्या अनेक गोष्टी माहीत झाल्या. मुळात गावोगावी सांडपाणी व्यवस्थापनाकडे लक्ष देण्याची गरज होती, आहे आणि ती तशीच राहणार आहे. परंतु दुर्दैवाने तसे होत नाही. परिणामी जनतेच्या आरोग्याचा प्रश्न जटिल होण्यास आपणच हातभार लावतोय, असंच म्हणावं लागेल.

एक संस्कृत श्लोक आहे-

''सर्वे सुखिनः सन्तु। सर्वे सन्तु निरामयाः।।''

त्यावर साने गुरुजी म्हणतात,

> *''सारे सुखी असोत, सारे निरोगी असोत असे मंत्र पुटपुटल्याने सुख व आरोग्य निर्माण होत नसते. मंत्र म्हणजे ध्येय. ते ध्येय कृतीत आणण्यासाठी मरावयाचे असते, झिजावयाचे असते. हे मंत्र पुटपुटताना किती लोकांना सुख नाही, किती लोकांना औषध नाही, किती लोकांना घाणेरड्या खोलीत राहावे लागते, किती लोकांना स्वच्छ हवा नाही, स्वच्छ पाणी नाही, किती लोकांना आरोग्याचे ज्ञान नाही, याचा विचार तरी मनात येतो का? आपल्या लोकांत सर्वत्र दंभ बोकाळला आहे. महान वचने ओठावर; पोटात काही नाही. परंतु धर्म जीवनात गेल्याशिवाय जीवन सुंदर होत नाही. भाकरीचा तुकडा नुसता ओठावर ठेवून भागत नाही, तो पोटात जावा लागतो; तेव्हाच शरीर सतेज व समर्थ होते. थोर वचने जेव्हा कृतीत उतरतील तेव्हाच समाज सुखी व आरोग्यसंपन्न होईल.''*

त्या काळात दिलेले विचार आजही आपल्याला लागू होताहेत; परंतु आम्ही स्वतःला का बदलत नाही, याचे उत्तर मात्र मिळत नाही.

■□

मुक्काम

पु णे

मी काही कामानिमित्ताने हैद्राबादहून पुण्यात आलोय. पुणे आणि पिंपरी-चिंचवडबद्दल मला विशेष प्रेम आहे. माझ्या आयुष्यातील बराचसा काळ पुण्यात गेला आहे. पिंपरी-चिंचवड ही तर माझी कर्मभूमीच म्हणावी लागेल. आयुष्यात माझ्या हातून जी काही चांगली कामे झाली, त्यातली ठळक सांगता येतील अशी कामे पिंपरी-चिंचवडच्या एमआयडीसीमध्ये झालीत. ते दिवस मी कधीच विसरू शकत नाही. आताही मी पिंपरी-चिंचवडमधून जाताना पिंपरी-चिंचवडचा कायापालट माझ्या नजरेत भरतो आहे. प्रशस्त रस्ते, विचारपूर्वक केलेली नगररचना, टापटीपपणा थक्क करते आहे. मोठमोठ्या कंपन्यांच्या देखण्या वास्तू, कारखाने, मॉल्स, पंचतारांकित हॉटेल्स, झगमगती दुकाने हे आजचे चित्र पाहताना मला हमखास त्या दिवसांची आठवण येते.

त्या वेळी पिंपरी-चिंचवड ही अगदी छोटीशी गावे होती. गावठाणातील तुरळक वस्ती आणि काही शेतजमीन सोडली तर बाकी सगळे मोकळे रानच. त्या काळात महाराष्ट्र शासनाकडून एक महत्त्वपूर्ण निर्णय घेतला गेला. त्या निर्णयात पिंपरी-चिंचवड शहराला महत्त्वाचे स्थान मिळाले. आणि त्यानंतर पिंपरी-चिंचवडचा चेहरा-मोहराच बदलून गेला. हळूहळू मोकळ्या-ढाकळ्या पिंपरी-चिंचवडचे शहरात रूपांतर झाले. ग्रामपंचायती जाऊन महानगरपालिकेची स्थापना

झाली. आज ही महानगरपालिका भारतातील सर्वांत श्रीमंत महानगरपालिका म्हणून नावारूपाला आली आहे. हे सर्व घडले ते शासनाच्या त्या एका निर्णयाने. तो निर्णय म्हणजे, पिंपरी-चिंचवडमध्ये एमआयडीसी उभारण्याचा!

१९६४ सालची गोष्ट असेल. मी कोल्हापूरमधील पाणीपुरवठा विभागात असताना इकडे 'महाराष्ट्र औद्योगिक विकास महामंडळ' (एमआयडीसी)ची स्थापना झाली होती. हे महामंडळ महाराष्ट्रातील वेगवेगळ्या विभागांमध्ये औद्योगिक क्षेत्राचा विकास करण्याच्या दृष्टीने स्थापन केले गेले. फक्त मुंबईपुरत्या सीमित असलेल्या उद्योगक्षेत्राचे उर्वरित महाराष्ट्राकडे लक्ष वळविण्याच्या अनुषंगाने तो एक महत्त्वपूर्ण निर्णय होता.

एमआयडीसी क्षेत्रामध्ये अनेक छोट्या-मोठ्या कंपन्या येणार होत्या. कंपन्या येणार म्हणजे त्यांना पाणीही भरपूर लागणार होते. या कंपन्यांना व्यवस्थित पाणीपुरवठा करणे गरजेचे असते. जर तसे झाले नाही, तर एमआयडीसी संकल्पनेच्या कार्यक्षमतेबद्दल उद्योगक्षेत्रात नकारात्मकता रुजण्याचा धोका होता. एमआयडीसी त्या वेळच्या सरकारसाठीही तितकीच महत्त्वाकांक्षी योजना होती. म्हणूनच सरकारने या महामंडळावर महाराष्ट्रातील सर्वोत्तम अधिकाऱ्यांची नेमणूक करण्याचे ठरविले होते. त्यासाठी पाणी पुरवठा विभागातून निवृत्त झालेले कर्तबगार अधिकारी श्री. गणपुले यांच्यावर मुख्य अभियंता या पदाची धुरा सोपवली होती. गणपुले यांनी आपल्या सेवाकाळात अनेक महत्त्वपूर्ण कामांना यशस्वीरीत्या मूर्त रूप दिले होते. जेव्हा ते एमआयडीसीचे मुख्य अभियंता झाले, त्या वेळी त्यांनी पुणे येथील पिंपरी-चिंचवड एमआयडीसीची पाणी पुरवठा योजना सांभाळण्यासाठी मला बोलविले. माझ्यासाठी ती एक चांगली संधी होती; पण तिथे रुजू होण्याआधी मला कोल्हापुरातील ड्रेनेज विभागातील नोकरीचा राजीनामा देणे गरजेचे होते. त्याप्रमाणे मी राजीनामा दिला आणि पिंपरी-चिंचवडच्या एमआयडीसीत कार्यकारी अभियंता म्हणून रुजू झालो.

तोपर्यंत माझी नोकरी ही सांगली, मिरज, पंढरपूर, कोल्हापूर अशा छोट्या शहरांमध्ये होती. त्या मानाने पुणे हे खूपच मोठे शहर होते. इथल्या वातावरणात, लोकांच्या राहणीमानात, खानपानात बऱ्यापैकी फरक होता; परंतु सरकारी कर्मचाऱ्यांना अशा सर्व गोष्टींची सवय झालेली असते. त्यात पुण्यासारख्या शहरातल्या बदलीने मला आनंदही झाला होता. सर्वसामान्य लोकांप्रमाणे मलाही पुण्याचे आकर्षण होतेच. शिवाय आता माझी ओळख उद्योगधंदे, कारखाने अशा

मोठ्या कार्यक्षेत्रांशी होणार होती. मला नेहमी आपल्याला कसे अधिकाधिक चांगले काम करता येईल, याची ओढ लागलेली असते. जॉर्ज बर्नार्ड शॉ यांच्या शब्दांत सांगायचे तर -

> *जीवनातील खरा आनंद हा जी गोष्ट तुम्हाला महान वाटते, त्या गोष्टीसाठी जीवन सार्थकी लावण्यात असतो. या जगात माझ्यासाठी, माझ्या सुखासाठी कुणीही काहीही करत नाही, या दुःखाने आणि हुरहुरीने एक बैचेन व स्वार्थी ढेकूळ बनण्यापेक्षा तुम्ही निसर्गाची एक शक्ती बना. माझ्या मते, माझं आयुष्य साऱ्या समाजाच्या मालकीचे आहे. माझ्या हयातीत मला जे जे समाजासाठी करता येणे शक्य आहे, ते ते मी करेन. मी मरेन तेव्हा माझा पूर्ण उपयोग झालेला असायला हवा. कारण मी जितके जास्त कष्ट करेन, तितका मी जास्त जगेन. जीवन हे माझ्यासाठी मिणमिणती मेणबत्ती नाही, तर ती मशाल आहे. याक्षणी मी उंच धरावी आणि पुढच्या पिढीच्या हाती पोहोचेपर्यंत ती जास्तीत जास्त तेजाने तळपत राहावी, अशी ती मशाल आहे!*

कामाविषयीची माझी भावनाही अशीच काहीशी आहे. म्हणूनच एमआयडीसीतील बदलीने माझ्यासाठी अनुभवांचे आगर खुले झाले होते. तो वेगळा अनुभव घ्यायला मी उत्सुक होतो.

पिंपरी-चिंचवड एमआयडीसीत रुजू झाल्यानंतर माझी तिथे श्री. देशपांडे नावाच्या कर्तबगार अभियंत्याशी ओळख झाली. मी त्यांचा चार्ज घेणार होतो. त्यांची बदली मुंबई येथे अधीक्षक अभियंता या पदावर प्रमोशनवर झालेली होती. अर्थात, या माझ्या विभागाच्या अमलाखाली पिंपरी-चिंचवडसह आणखी काही औद्योगिक क्षेत्रांचीही जबाबदारी होती. त्यात डोंबिवली, रोहा, चिपळूण, इस्लामपूर इत्यादींचा समावेश होता.

पुण्याहून मुंबईस जाताना रस्त्याच्या डावीकडे वसलेली पिंपरी-चिंचवडची एमआयडीसी. पुणे-मुंबई रेल्वेलाइनपर्यंत विस्तारलेली. तिथे सॅण्डविक एशिया, हिंदुस्थान ॲण्टिबायोटिक्स, रस्टन, व्हल्कॅन लव्हाल, इंडियन कार्ड क्लॉथिंग अशा नामवंत उद्योगांनी सुरुवात केलेली होती. त्या क्षेत्राच्या उजव्या बाजूच्या समोरचा भाग हा काही इंडस्ट्रिज, बँक, खाणी, दुकाने इत्यादींनी व्यापलेला होता. त्या भागातील सुमारे दहा हजार एकर जमीन सरकारने ताब्यात घेण्याच्या

प्रक्रियेला सुरुवात केली होती. त्यामध्ये पिंपरी, चिंचवड, आकुर्डी इत्यादी ग्रामपंचायतीमधील क्षेत्रांचा समावेश होता. एमआयडीसीमार्फत जमिनीचे प्लॉट केले जात होते. त्याप्रमाणे त्यातील काही प्लॉट हे मोठ्या उद्योगांसाठी, काही मध्यम स्वरूपातील उद्योगांसाठी तर काही प्लॉट लघुउद्योगांचा विचार करून बनविले जात होते. ते प्लॉट देण्यासंबंधी कायदा असा होता आणि अजूनही आहे, की सरकारने जर एखाद्या प्रकल्पासाठी वा सार्वजनिक कामासाठी जमीन ताब्यात घेतली असेल, तर ती जमीन सरकार विकू शकत नाही. त्याचप्रमाणे एमआयडीसीसाठी ताब्यात घेतलेली जमीनही उद्योगांना विकता येत नव्हती, तर ती भाडेकराराने दिली जात होती. भाडे अगदी कमी म्हणजे दर चौरस मिटरला एक रुपया इतके होते. परंतु त्या जागेसाठी वहिवाट शुल्क (ऑक्युपन्सी अमाउंट) म्हणून प्रती चौरस मीटरला दर ठरवून तेवढे पैसे कंपनीकडून घेतले जायचे. जमिनीच्या सातबाऱ्यावर मात्र सरकारचेच नाव लागते. आणि अजूनही या कायद्यामध्ये कोणताही बदल झालेला नाही.

मी जेव्हा कार्यकारी अभियंता म्हणून पदभार स्वीकारला, तेव्हा माझ्यापुढे कामांचा डोंगर होता. अनेक गोष्टी करायच्या होत्या. त्यापैकी टेल्को या कंपनीला त्या वेळी जवळ जवळ दोनशे एकरच्यावर जमीन दिलेली होती. त्या जागेभोवती कुंपण म्हणून भिंत उभारण्याचे काम चालू होते. त्याच सुमारास फॉर्मिका इंडिया व मोरिस इलेक्ट्रॉनिक्स यांनाही प्लॉट दिलेले होते. त्यांचे बांधकाम चालू होते. एमआयडीसीला पाणी पुरवठा करण्यासाठी सरकारने पिंपरीचे जुने वॉटर वर्क्स एमआयडीसीला हस्तांतरित केले होते. ते वॉटर वर्क्स जुने असल्याने अगदीच कसेबसे चालू होते. माझ्यापुढे बिकट परिस्थिती होती. म्हणजे एकीकडे मला एमआयडीसीसाठी पाण्याची सक्षम यंत्रणा उभी करून त्यांना व्यवस्थित पाणी पुरवठा करायचा होता. दुसरीकडे मला जी यंत्रणा हस्तांतरित केली होती, ती बऱ्यापैकी कालबाह्य स्वरूपाची होती. त्यातून जो पाणी पुरवठा होत होता तो आधी चालू असलेल्या उद्योगांनाही पुरत नव्हता. त्यामुळे जे नवीन उद्योग सुरू होणार होते, त्यांना पाणी पुरवठा कसा करायचा, ही चिंता मला लागून राहिली होती. एमआयडीसीमध्ये रस्त्यांची आणि पाणीपुरवठ्यासाठीच्या पाइपलाइनची कामे चालू होतीच; पण मुख्य प्रश्न होता, पाणी आणायचे कुठून? मी निर्धार केला आणि कामाला लागलो. ऑफिसची वेळ सकाळी साडेनऊ ते पाच अशी होती, पण मी सकाळी साडेसातलाच ऑफिसला जाऊ लागलो आणि संध्याकाळी सात वाजेपर्यंत माझे काम चालू असायचे. त्या वेळी कामात

मी अगदी बुडून गेलो होतो. गीतेत मोक्ष मिळविण्याचे साधन म्हणून स्वकर्म सांगितले आहे.

"स्वकर्मकुसुमीं त्यास पूजितां मोक्ष लाभतो."

माझा मोक्षावर वगैरे विश्वास नाही. गीतेतील वरील श्लोकात सांगितल्याप्रमाणे मी कर्मालाच जीवनातील पूजा मानतो. एमआयडीसीत मी अगदी त्या भावनेने गुंग झालो होतो.

माझी जी कामे होती त्यापैकी आणखी एक काम होते ते उद्योगांचे प्लॅन तपासून संमत करण्याचे. प्लॅनसाठी नियम साधे होते. नियमानुसार प्लॉटच्या चारी बाजूंनी पाच मीटर जागा मोकळी सोडावी लागायची. आमच्याकडे जे प्लॅन यायचे ते आर्किटेक्टकडून. प्लॉट धारकाच्या वतीने तेच प्लॅन पास करण्याचे काम करायचे. त्यासाठी ते आमच्याकडे तीन कॉपीज् पाठवायचे. ते प्लॅन्स आमच्याकडील कनिष्ठ अभियंते तपासायचे. त्यात काही त्रुटी आढळल्यास आर्किटेक्टला फोन करून ऑफिसवर बोलावून घेतले जायचे. त्यातील दुरुस्त्या समजावून सांगितल्या जायच्या. त्यानंतर आर्किटेक्ट चुका दुरुस्त करून प्लॅन पुन्हा संमतीसाठी आमच्याकडे पाठवायचे. कनिष्ठ अभियंत्यांकडून ते प्लॅन पुन्हा तपासले जात आणि शेवटी संमतीसाठी माझ्याकडे येत असत. माझी सही झाली की प्लॅन संमत होत. अशा संमत झालेल्या प्लॅनच्या प्रतींपैकी एक प्रत उपअभियंत्याकडे आणि एक प्रत माझ्या ऑफिसमध्ये ठेवली जात असे. तिसरी प्रत आम्ही कंपनीला परत द्यायचो.

आमचे जे काही नियम होते त्यामध्ये प्लॅनवर प्लॉट मालकाच्या सह्या असाव्या लागत. तसेच प्लॉट मालकाने संबंधित आर्किटेक्टला प्लॅनमध्ये बदल करण्याचे दिलेल्या अधिकाराचे पत्रही द्यावे लागायचे. जसे आमचे काही नियम होते, तशा आम्ही काही सवलतीही या उद्योगांना देत होतो. अर्थातच, त्या साऱ्यांचा उद्देश हाच की सर्व कामे कायद्याच्या चौकटीत विनाअडथळा आणि वेळेत पूर्ण व्हावीत असा होता. त्या प्रमाणे सर्व यंत्रणा अगदी काटेकोरपणे काम करत होती. त्यावर नियंत्रण ठेवणारे अधिकारीही तितक्याच कळकळीने सर्व गोष्टी पार पाडत असत. बऱ्याचदा कंपनीचे बांधकाम करता करता त्यामध्ये त्यांना काही बदल करावे लागत. त्यामुळे प्रत्येक वेळी प्लॅन पास करत बसण्यात वेळ वाया जाण्याची शक्यता असते. म्हणून आमची त्यांना सूचना असे, की तुम्ही संपूर्ण बांधकाम झाल्यानंतर त्यानुसार दुरुस्त्या केलेला प्लॅन पाठवा,

आम्ही तो संमत करून देऊ आणि कम्प्लिशन सर्टिफिकेटही देऊ. त्याप्रमाणे आम्ही ते संमतही करत असू. जेव्हा संमत केलेली प्रत संबंधित कंपनीला दिली जायची, त्या वेळी आम्ही त्याची नोंद रजिस्टरमध्ये करायचो. त्यावरून प्लॅन पास व्हायला किती दिवस लागले, ते समजायचे. ही सर्व कामे पूर्ण करण्यासाठी दहा दिवसांची मुदत होती. जर एखादा प्लॅन पास व्हायला त्यापेक्षा अधिक वेळ लागला तर त्याचे स्पष्टीकरण संबंधित कनिष्ठ अभियंत्याला द्यावे लागायचे. मी या गोष्टी अगदी काटेकोरपणे पाहायचो. त्यामुळे माझ्या ऑफिसमध्ये एक प्रकारची शिस्त तयार झाली होती. शिस्तीमुळे कुणालाच त्रास होत नव्हता. आणि त्यामुळे ऑफिसमधले वातावरणही आनंदी असायचे. आमच्याकडे कामासाठी येणाऱ्यांना कंटाळा वाटायचा नाही. उलट कामे पटापट झाल्याने तेही उत्साहात असायचे.

एमआयडीसी हा सरकारसाठी खूप महत्त्वाकांक्षी प्रकल्प होता. देश स्वतंत्र होऊन सोळा-सतरा वर्षं झालेली होती. देशात उद्योग म्हणावे तितके रुजलेले नव्हते. इंग्रजी राजवटीमुळे आपली स्वयंपूर्ण खेडी स्वयंपूर्ण राहिली नव्हती. त्यामुळे बेरोजगारीचे प्रमाण प्रचंड होते. बहुतांश वर्ग हा शेतीवरच अवलंबून होता. देशाच्या अर्थव्यवस्थेतील खूप मोठा भाग हा शेती क्षेत्राचा होता. देशाच्या अर्थव्यवस्थेचीही स्थिती फारशी चांगली नव्हती. त्यातून बाहेर पडण्यासाठी देशांतर्गत उद्योगांचे प्रमाण वाढविण्याची गरज होती. म्हणूनच नेहरू सरकारने पंचसूत्रीमध्ये उद्योगवाढीला चालना देण्यासाठी विशेषत्वाने पावले उचललेली होती. त्यातच महाराष्ट्र राज्याची स्थापना होऊनही चारेक वर्षे झालेली होती. त्यामुळे महाराष्ट्रालाही उद्योग क्षेत्रात आपले बस्तान बसवायचे होते. शिवाय बरेचसे उद्योग हे मुंबईत एकवटलेले होते. या परिस्थितीतून बाहेर पडण्यासाठी म्हणून एमआयडीसीची स्थापना केलेली होती. ती यशस्वी होणे राज्याच्या प्रगतीसाठी अत्यंत महत्त्वाचे होते. एमआयडीसी संकल्पनेमुळे उद्योगांचे जाळे महाराष्ट्राच्या अन्य क्षेत्रात विस्तारण्यास मदत होणार होती. जनतेला त्यांच्या परिसरातच रोजगाराच्या संधी उपलब्ध होणार होत्या. उद्योग वाढून अर्थव्यवस्था बळकट होण्यास मदत होणार होती. लोकांचे राहणीमान बदलणार होते. म्हणूनच त्या उद्योगांना सर्वतोपरी मदत करणे ही आमची जबाबदारी बनली होती.

अशा परिस्थितीत एमआयडीसीत येणाऱ्या उद्योगांना कसल्याही प्रकारची अडचण भासणार नाही, याचे सरकारी यंत्रणेवर विशेष एमआयडीसीवर मोठ्या प्रमाणावर दडपण होते. उद्योगांना शहर, बंदरांपासून दूर जिथे सुविधांची वानवा

आहे, अशा ठिकाणी येण्यास भाग पाडणे हे सरकारपुढे मोठे आव्हान होते. अशा परिस्थितीत जर उद्योग तिथे येत असतील आणि त्यांची नीट व्यवस्था झाली नाही तर उद्योग तिथून निघून जाण्याचाही धोका असतो. त्यात सरकारची नामुष्की होण्याची शक्यता असते. शिवाय उद्योजकांच्या मनात तिथल्या सरकारविषयी आणि एकूणच परिस्थितीविषयी नकारात्मकता तयार होते. त्यातून भविष्यकाळात उद्योग व गुंतवणुकीसाठी बिकट परिस्थिती तयार होते. 'व्हाय नेशन्स फेल : दि ओरिजिन ऑफ पॉवर, प्रॉस्पॅरिटी अँण्ड पॉव्हर्टी' या डेरॉन एसमोग्लू आणि जेम्स रॉबिन्सन यांच्या पुस्तकात विकसित व विकसनशील राष्ट्रांच्या सामाजिक, आर्थिक आणि राजकीय धोरणांवर चर्चा केली आहे. उदाहरणार्थ, इंग्लंडमधील जगप्रसिद्ध औद्योगिक क्रांती. इंग्लंडमध्ये सर्वप्रथम सर्वसमावेशक राजकीय संस्थांची निर्मिती झाली. त्यातून आर्थिक संस्था ह्या अधिकाधिक समावेशक झाल्या. इंग्लंडच्या राज्यसंस्थेने मालाच्या निर्यातीला तसेच घरगुती उद्योगांना प्रोत्साहन दिले. त्यांनी उद्योगधंद्यांचा विस्तार होण्याच्या आड येणारे सर्व सरकारी अडथळे काढून टाकले. एवढेच नव्हे तर इंग्लिश मालाची निर्यात जहाजातून होताना त्याला सरंक्षण दिले. स्थावर-जंगम मालमत्तेमधील क्लिष्टता, गुंतागुंत काढून ते कायदे व नियम अधिक सोपे-सुलभ केले. शिवाय रस्ते, कालवे व जलमार्ग काढून, लोहमार्ग टाकून उद्योगधंद्यांसाठी पायाभूत सुविधा निर्माण केल्या. अशा गोष्टींमुळे तिथे औद्योगिक क्रांती होऊ शकली. चीननेही अशा अनेक गोष्टी केल्या. उद्योगधंदे उभे राहणे हे तिथल्या सुदृढ समाजाच्या दृष्टीने खूप महत्त्वाचे असते. उद्योगधंदे असतील, तर लोकांना नोकऱ्या मिळू शकतात. लोकांना चांगल्या नोकऱ्या असतील, तर त्यांच्या हाती पैसा येऊ शकतो, त्यांची क्रयशक्ती वाढू शकते. त्यांची क्रयशक्ती चांगली असेल, तर त्यांच्या गरजांची पूर्तता नीट होते. परिणामी समाजात वाईट मार्गाने पैसा मिळवण्याचे, एकमेकांवर कुरघोडी करण्याचे प्रमाण घटू शकते. अर्थात, हे सगळे काही 'एक अधिक एक म्हणजे दोन' असे साधे गणितही नाही; परंतु परिस्थितीत बऱ्यापैकी सुधारणा निश्चितच होऊ शकते. म्हणून एमआयडीसीमध्ये सोपी, सुलभ आणि कमी कटकटीची यंत्रणा कशी राबवता येईल यासाठी मी नेहमी प्रयत्नशील असायचो.

आधी सांगितल्याप्रमाणे मी ज्या वेळी कार्यकारी अभियंता म्हणून एमआयडीसीमध्ये रुजू झालो, त्या वेळी पाण्याचा प्रश्न मोठा होता. सरकारने एमआयडीसीला हस्तांतरीत केलेल्या जुन्या पिंपरी वॉटर वर्क्सचे पाणी आधीच्या

उद्योगांनाच कसेबसे पुरत होते. त्यात नवीन येणाऱ्या उद्योगांना पाणी कसे द्यायचे, या विवंचनेत मी होतो. नवीन पाणी मिळवण्याआधी मला जे पाणी उपलब्ध आहे ते वाया न घालवता त्याचा नियोजनपूर्वकरीत्या पुरवठा करण्याचे मी ठरविले. त्यासाठी मी जुन्या वॉटर वर्क्सचे व्यवस्थित निरीक्षण केले. त्यातून माझ्या असे लक्षात आले, की क्लॅरिफ्लोक्युलेटर (Clarifloculator) हा पूर्णपणे गाळाने भरलेला आहे. क्लॅरिफ्लोक्युलेटर म्हणजे साधारणतः २० ते ३० मीटर व्यासाची एक मोठी टाकी असते. त्या टाकीच्या मधोमध एक फ्लोक्युलेटर (floculator) बसवलेला असतो. या फ्लोक्युलेटरमध्ये पाण्याला तुरटीचा डोस देऊन ते पाणी क्लॅरिफ्लोक्युलेटरमध्ये फ्लॉक करून पसरवले जायचे. क्लॅरिफ्लोक्युलेटरमध्ये पाण्याची गती कमी असते. शिवाय तुरटीमुळे पाण्यातील मातीचे कण खाली बसतात. त्यानंतर जे नितळ पाणी उरते ते पुढे रॅपिड सॅण्ड फिल्टर्स (Rapid Sand Filters) कडे सोडले जाते. तसेच पाणी क्लॅरिफ्लोक्युलेटरमध्ये येण्यापूर्वी ते फाउंटेनमधून (fountain) येत कॅसकेडसारखे पसरते. या प्रक्रियेमध्ये पाणी काही प्रमाणात ऑक्सिजन शोषून घेते. परंतु क्लॅरिफ्लोक्युलेटर गाळाने पूर्णपणे भरला असल्यामुळे त्यात पाण्यातील गाळ काढून टाकण्याची प्रक्रिया पूर्णपणे बंद झालेली होत. पाणी थेट रॅपिड सॅण्ड फिल्टर्सकडे जात होते. त्यामुळे क्लॅरिफ्लोक्युलेटरमधील गाळ काढणे अत्यंत जरुरीचे होते. हे काम अतिशय किचकट असते, शिवाय वेळखाऊही. या समस्येवर माझा विचार चालू असतानाच एके दिवशी मला काळे आडनावाचा माझा एक मित्र भेटला. तो सीएमईचा कमांडर होता. इकडचे तिकडचे बोलता बोलता मी सहजच एमआयडीसीच्या पाणीपुरवठ्यासंबंधीची समस्या बोललो.

"खूपच बिकट परिस्थिती आहे सध्या. आधीचे पाणीच व्यवस्थित पुरत नाही. नवीन आणायचे तर कुठून आणायचे? शिवाय वॉटर वर्क्समध्येही टेक्निकल अडचणी खूप आहेत. काय काय करावं तेच मुळात कळत नाही." मी खूपच वैतागून बोलत होतो.

"टेक्निकल अडचण? काय आहे?" माझा मित्र काळे बोलला.

"काय सांगू... क्लॅरिफ्लोक्युलेटर गाळाने गच्च भरलाय. तुला माहीतच असेल, तो गाळ काढणं किती किचकट काम आहे ते."

"मी काही मदत करू शकतो का?"

"तू?"

"हो. मी करू शकतो यात तुला मदत."

''कशी काय?'' मी खूपच आनंदीत झालो होतो.

''अरे आमच्याकडे मशिनरी कार्यरत राहण्यासाठी आम्ही नेहमी प्रॅक्टिस करत असतो. त्या प्रॅक्टिसचा भाग म्हणून मी ते काम करून देईन तुला. आणि माणसेही अर्थात आमचीच असतील.''

''काय सांगतोस काय?'' माझा आनंद गगनात मावेनासा झाला होता.

''फक्त तू ते काम कधी करायचं ते सांग.''

''अरे तू करतोयस हीच माझ्यासाठी खूप मोठी गोष्ट आहे. तुझ्या सवडीने लवकरात लवकर कधी करता येईल ते बघ.''

''ठीक आहे. लवकरच करून टाकू. अरे बाबा काही झालं तरी या प्लँटमधून आम्हाला म्हणजे सीएमईलाही पाणीपुरवठा होतोच की. ही अडचण जर दूर झाली, तर सर्वांचंच भलं आहे.''

आमचे बोलणे झाल्यानंतर तो निघून गेला. त्यानंतर अवघ्या पंधराच दिवसांत त्याने त्याची माणसे कामाला लावून क्लॅरिफ्लोक्युलेटर व्यवस्थित साफ करून घेतला. शिवाय त्याबद्दल एक पैसाही घेतला नाही. याच दरम्यान आणखी एका व्यक्तीची मला मदत झाली, ती व्यक्ती म्हणजे श्री. महाशब्दे. माझ्या देशपांडे नावाच्या एका मित्रांनी महाशब्दे यांची ओळख करून दिली होती. त्यांनी क्लॅरिफ्लोक्युलेटरच्या मशिनरीची दुरुस्ती करून दिली. तसेच त्यांनी वॉटर वर्क्समधील रॉ वॉटर पंप बदलून त्या ठिकाणी जास्त पाणी खेचणारे चांगल्या दर्जाचे पंप घातले. सॅण्ड फिल्टरच्या दुरुस्त्या करून त्यांचीही क्षमता वाढवली. मुख्यतः क्लॅरिफ्लायर (clariflier) मधून पाणी स्वच्छ होऊ लागल्याने पाणी पुरवठा वाढला. त्यामुळे मी पाणीप्रश्न सोडवण्यात यशस्वी झालो होतो. या सर्व कामात माझे सहकारी उपअभियंता श्री. मानवीकर यांचेही सहकार्य लाभले.

दरम्यान एमआयडीसीत इतरही अनेक कामे चालू होती. त्यातले एक काम म्हणजे, टेक्निशियन्स करता भोसरी ब्लॉकमध्ये ३६ शेड्स उभारण्याचे होते. ते काम एमआयडीसीचे अभियंता श्री. कुलकर्णी यांच्या कक्षेत होते, तर पी. टी. महाबुबानी यांच्याकडे त्याचे कॉन्ट्रॅक्ट होते. महाबुबानींच्या वतीने त्यांचा भाऊ आणि मुलगा किसन बाने ते काम करायचे. त्यांनी ते काम अतिशय मेहनतीने आणि उत्तम रीतीने पूर्ण केले. किसन बाने हे नंतर पुण्यातले एक प्रतिष्ठित बांधकाम व्यावसायिक म्हणून नावारूपाला आले. माझी आणि त्यांची त्या वेळी झालेली मैत्री आजही घट्ट आहे.

शेडचे काम चालू असताना मी वरिष्ठ अधिकाऱ्यांना एक सूचना केली, की

शेडचे काम पूर्ण होण्याआधीच ती शेड्स टेक्निशियन लोकांना सुपूर्द करा. कारण तसे केल्याने त्यांना आपापल्या कामानुसार फ्लोअरिंग, मशिनरी फाउंडेशनची कामे कॉन्ट्रॅक्टरकडूनच करून घेता येणार होती. शिवाय शेडचे काम पूर्ण झाल्यानंतर कॉन्ट्रॅक्टर निघून गेला असता आणि त्या कामांसाठी टेक्निशियनना नंतर धावाधाव करावी लागली असती; परंतु माझ्या त्या सूचनेकडे दुर्लक्ष केले गेले. बऱ्याचदा शासकीय यंत्रणा एखाद्या नियमाला वा कायद्याला खूपच चिकटून बसलेली असते. कायदा लोकांच्या फायद्यासाठी बनविला आहे का लोकांची कामे अडविण्यासाठी, किचकट होण्यासाठी हेच ते समजून घेत नाहीत.

एमआयडीसीचा प्रशासकीय कारभार हा खूपच क्लिष्ट स्वरूपाचा असा होता. इंजिनिअरिंग विभागात चिफ इंजिनिअरना त्यांच्या हाताखाली लागणारी माणसे लावण्याचाही साधा अधिकार नव्हता. जेव्हा शेड बांधून झाल्या, त्या वेळी त्याच्या सुरक्षेसाठी मला मस्टरवर काही चौकीदार नेमावे लागले. त्यांचे पगार आमच्या विभागाच्या अकाउंटमधून होऊ लागले. परंतु महिनाअखेरीस जेव्हा आमच्या विभागाचे अकांउंटचे काम पूर्ण होऊन ते मुख्य अकाउंट अधिकाऱ्याकडे गेले, तेव्हा चौकीदार नेमण्याला त्यांनी आक्षेप घेतला. त्यांच्या म्हणण्यानुसार माणसे नेमण्याचा अधिकार इंजिनिअर विभागाकडे नाही. माझ्या या कृतीवर मुख्य अकाउंट ऑफिसरनी फक्त आक्षेपच घेतला नाही, तर त्यांनी त्या चौकीदारांना दिला गेलेला पगार माझ्याकडून वसूल करण्यासही सांगितले होते. ती रक्कम सुमारे अडीच हजार रुपयांची होती. त्या काळात ती रक्कम फारच मोठी होती. कार्यकारी अभियंता म्हणून माझा त्या वेळचा पगारच साधारणतः बाराशे रुपये इतका होता. माझ्याकडून रक्कम वसूल करण्याची गोष्ट मला पसंत पडलेली नव्हती. माझ्याही मनात चीड निर्माण झाली. मी ती संबंधित कार्यालयाला कळवली. त्या वेळी एमआयडीसीचे अधिकार एका आय ए एस अधिकाऱ्याकडे असत. त्यांना सीईओ म्हणत. त्यांनी या प्रश्नावर तोडगा काढण्यासाठी मला मरोळ येथे बोलाविले. त्यांचे कार्यालय म्हणजे एका मोठ्या चेंबरमध्ये लाकडी पार्टिशन घालून केलेले होते. एका भागात सीएओ, तर दुसऱ्यात सीईओ बसत असत. मी त्यांच्याकडे गेलो.

''नमस्कार साहेब.''

''या मि. भिडे. नमस्कार. बसा. बोला. काय म्हणणं आहे तुमचं?''

''साहेब, मी चौकीदार नेमले. पण ती गरज होती म्हणून. शिवाय दैनंदिन पगारावर चौकीदार नेमण्याची प्रक्रिया तापदायक ठरली असती. त्यातून चांगले

लोक मिळणे आणि ते टिकणेही तसे अवघडच. म्हणून तो निर्णय घेतला. आता त्यांना दिलेल्या पगाराचे पैसे सुमारे अडीच हजार रुपये माझ्याकडून वसूल करण्याचे आदेश निघालेत. साहेब, माझा एक महिन्याचा पगारही तेवढा नाही.''

''मि. भिडे तुम्ही नियम डावलून निर्णय घेतलेत. ती गोष्ट करताना तुम्ही आमच्याशी सल्लामसलत करायला हवी होती. आता निर्णय तुम्हीच घेतलात तर त्याची भरपाईही तुम्हालाच करावी लागेल ना!''

''पण साहेब, त्यात माझा कोणताही वैयक्तिक स्वार्थ नाहीये. तुम्हालाही ते माहीत आहे.''

''ठीक आहे ते, पण नियम म्हणजे नियम. सर्वांना सारखेच. तुम्ही पैसे भरा.''

''बरंय साहेब. आता काय तुम्ही म्हणताच आहात, तर मी पैसे भरतो. ती वसुली मी कॉन्ट्रॅक्टरकडून करून घेईन. आजपासून चौकीदारही कमी करेन, पण मग मीही तुम्हा लोकांकडून किमान लाखभर रुपयांची तरी वसुली करेन.''

''काय बोलताय भिडे? तुम्ही आमच्याकडून कशासाठी वसुली करणार?''

''साहेब मी दोन गोष्टी जाहीर करेन. एक म्हणजे, लाखो रुपये खर्च करून आपण शेड बांधल्या; परंतु अजून त्या कुणालाही हस्तांतरित केल्या नाहीत. त्यासाठीचे व्याज झाले किती? दुसरी गोष्ट, एकदा का चौकीदार नसेल, तर चोरांना आयतं रान मोकळं मिळेल. कारण त्या भागात जवळपास एकही फॅक्टरी नाही. जर त्या शेड्सच्या किमती वस्तूंची चोरी झाली तर त्याचीही किंमत काढून मी वसूल करेन. कारण त्याला आपले ऑफिस जबाबदार असेल.''

माझ्या या बोलण्यावर सीईओंचा चेहरा चांगलाच उतरला होता. त्यांना माझा रागही आला होता. इतक्यात तिथे आणखी एक व्यक्ती आली. ते सीएओ होते. त्यांची केबिन पार्टीशनच्या पलीकडेच असल्यामुळे त्यांनी आमचे सर्व बोलणे ऐकले होते.

''नमस्कार भिडे.''

''मि. भिडे, हे आपले सीएओ साहेब.'' सीईओ साहेबांनी त्यांची मला ओळख करून दिली.

''नमस्कार, साहेब.'' मी उठत त्यांना नमस्कार केला.

''बसा बसा.'' तेही माझ्याशेजारी बसत म्हणाले, ''हे पाहा भिडे,

सीईओंनी काढलेली ऑर्डर चुकीची असो वा बरोबर असो, आम्ही अकाउंटसच्या नियमावलीनुसार रिकव्हरी करतो, पण तुमच्या सोयीसाठी मात्र एक गोष्ट सीईओ करू शकतात. ते एक ऑर्डर काढू शकतील. त्या ऑर्डरमुळे तुम्हाला माणसे नेमण्याचा अधिकार प्राप्त होईल आणि त्यामुळे तुम्हाला असलेल्या अडचणी सुटतील.''

त्यांच्या या बोलण्याने साऱ्या वादावरच पडदा पडला. मी आनंदी झालो. प्रशासकीय पातळीवरची ही छोटीशी लढाई मी जिंकली होती; परंतु हा प्रश्न अजूनही पूर्णपणे सुटला नाही, हे माझ्या नंतर लक्षात आले. माणसे नेमण्यासंबंधीची ती ऑर्डर घेऊन मी जेव्हा मुख्य अभियंत्यांकडे गेलो, त्या वेळी त्यांनी अशी प्रतिक्रिया दिली, की त्यापुढे जर कोणालाही नेमावयाचे असेल तर त्याची नेमणूक भिडे यांनी आधी पुणे येथे करावी. त्यानंतर त्याला पाहिजे तेथे बदली करून पाठवावे. ही गोष्ट मला बिलकूल पटली नाही. मी सांगितले, की माणसे नेमण्याची जर गरज आहे आणि कामे सुरळीत पार पाडायची असतील, तर सर्व इंजिनिअरना तो हक्क मिळायला हवा. त्यासाठी त्यांनी प्रशासनाबरोबर संघर्ष करून तो हक्क मिळवायला हवा; परंतु मी सांगितलेल्या गोष्टी कुणीही मनावर घेतल्या नाहीत. या प्रकाराने मला थोडा मानसिक त्रास झाला एवढंच.

खरे तर अधिकाऱ्यांनी आपल्या न्याय मागण्यांसाठी संघर्ष करायला हवा. अनेक मोठ्या व्यक्तींनाही असा संघर्ष करावा लागला होता. डॉ. ए. पी. जे. अब्दुल कलाम यांनी त्यांच्या 'परिवर्तनाचा जाहीरनामा' या पुस्तकात त्यांनी अशाच प्रकारचा संघर्ष केल्याचे उदाहरण दिले आहे. ते सांगतात-

> *''एका खेडेगावात पावसाचे पाणी साठून राहत होते. या तुंबलेल्या पाण्यामुळे गावाची गैरसोय होई. तुंबलेल्या पाण्यामुळे आरोग्याला घातक परिस्थिती निर्माण होई. दर वर्षी पावसाळ्यात असे घडत असे. शेवटी ग्रामपंचायतीने ब्लॉक-लेव्हल इंजिनिअरच्या सहकार्याने एक योजना आखली. त्या योजनेसाठी सुमारे चार लाख रुपयांचा निधी लागणार होता. मात्र ग्रामपंचायतीकडे केवळ दीड लाखाचाच निधी उपलब्ध होता. मला केरळातील अनेक ग्रामपंचायतीमधील कामाचा अनुभव होता. मी गावकऱ्यांपुढे एक अभिनव कल्पना मांडली. तुंबलेले पाणी वाहून जाण्यासाठी आम्हाला गटारे बांधायची होती. ती गटारे बांधण्यासाठी अर्थातच दगड लागणार होते.*

आमची ती दगडाची समस्या सुटली. जवळच एक ग्रॅनाईट कापण्याचा कारखाना होता. त्या कारखान्यातून आम्ही वाया गेलेले ग्रॅनाईटचे तुकडे आम्हाला हव्या त्या आकारात तुकडे करून आणले. ते दगड आणण्यासाठी शेतकऱ्यांच्या ट्रॅक्टर-ट्रॉलीचा वापर केला. मजुरीसाठी आम्ही अनुदानाची काही रक्कम वापरली, तर काही कामे लोकांनी श्रमदानाने केली.

परंतु त्यानंतर आमच्या समस्या सुरू झाल्या. ज्या ब्लॉक इंजिनिअरने पहिली चार लाखाची योजना सांगितली होती, त्याने ग्रॅनाईटचे तुकडे वापरण्यावर हरकत घेतली. आम्ही सर्वांनी त्याला विरोध केला आणि काम चालूच ठेवले. ग्रॅनाईटचे तुकडे गुणवत्तेत बिल्कुल कमी नव्हते. आम्ही सर्व गटारे बांधून पूर्ण केली. हे सर्व आम्ही केले ते फक्त १ लाख ६० हजार रुपयांमध्ये. म्हणजे ब्लॉक इंजिनिअरने सांगितलेला खर्च आम्ही केलेल्या खर्चाच्या तिप्पट होता. त्या कामामुळे गावाची सोय झाली.

त्यानंतर ब्लॉक इंजिनिअरने त्याची हरकत थेट जिल्हाधिकाऱ्यांकडे पोहोचवली. त्याने मला माझी बाजू ऐकून न घेता आधी तात्पुरते आणि नंतर कायमचे कामावरून काढून टाकले; परंतु मी त्या गोष्टीचा पिच्छा सोडला नाही. माझी बाजू सत्याची होती. मी जिल्हाधिकाऱ्यांपासून त्या खात्याच्या संचालक व सेक्रेटरीपर्यंत सर्वांना भेटलो. शेवटी संचालक व सेक्रेटरींनी माझी बाजू ऐकून घेण्यासाठी एक बैठक ठरवली. त्या बैठकीत मी सर्व गोष्टी विस्तारपूर्वक सांगितल्या आणि पटवून दिल्या. सर्व गावकऱ्यांनीही मला साथ दिली. त्यांनी त्या अधिकाऱ्यांना जागेवर नेऊन ती गटारे दाखवली. ते बांधकाम किती भक्कम आहे, याची सर्वांना खात्री पटली आणि माझी पुन्हा माझ्या पदावर नियुक्ती केली गेली.''

जगाला सत्याग्रहाची भेट देणाऱ्या महात्मा गांधींच्या भारतात आपण राहतो. सत्याचा आग्रह म्हणजे सत्याग्रह. आपली बाजू सत्याची असेल आणि

त्यात जर व्यापक जनहित सामावलेले असेल, तर आपण निश्चितच खंबीरपणे लढले पाहिजे. मुळात सरकारी यंत्रणेत अनेकांना काम करण्याचा कंटाळा असतो. कामाविषयी अनास्थाच जास्त प्रमाणात दिसून येते. अशा परिस्थितीत जे प्रामाणिकपणे काही चांगले काम करण्याचा प्रयत्न करत असतात, त्यांना त्याचा प्रचंड त्रास होतो. त्यामुळे हळूहळू त्यांचाही कामाचा निरस होऊ लागतो, पण जर आपण हार पत्करली तर मात्र परिस्थिती आणखीच बिकट होऊ शकते.

एकीकडे या सर्व गोष्टी घडत असताना माझ्यापुढचा स्वच्छ पाण्याचा प्रश्न गहन होत होता. पवना नदीवर हिरव्या शेवाळ्याचे साम्राज्य वाढत चालले होते. त्यातच पिंपरी कॉलनी आणि चिंचवड गावातील सांडपाणी नदीत मिसळत होते. परिणामी फिल्टर केलेल्या पाण्याला वास येत होता आणि पाणीही किंचितसे पिवळे दिसत होते. त्याबद्दल लोकांच्या तक्रारी वाढत होत्या. अशा पाण्यामुळे जर एखादी साथ पसरली असती, तर त्याचा सर्वस्वी दोष पाणीपुरवठा यंत्रणेवर आला असता. मला त्याची गंभीर जाणीव होत होती. म्हणून मी वरिष्ठ अधिकारी आणि काही स्थानिक पुढाऱ्यांच्या गाठीभेटी घेऊन ही गोष्ट त्यांच्या कानावर घालू लागलो. त्या सर्वांनाही ती गोष्ट पटत होती. ज्या काही उपाययोजना करायच्या असतील, त्यासाठी मला त्यांचा पाठिंबाही होता. त्यामध्ये विशेषतः उद्योगमंत्री राजारामबापू पाटील, खासदार आण्णासाहेब मगर, मोहन धारिया यांनी मला खूप पाठिंबा दिला. त्यासाठी हरतऱ्हेची मदत करण्याची तयारी दर्शवली आणि वेळोवेळी ती केलीही. त्यांच्या मदतीशिवाय मी काहीही करू शकलो नसतो.

पिंपरी वॉटर वर्क्स जेव्हा एमआयडीसीकडे हस्तांतरित झाले ते तिथल्या एकूण कर्मचाऱ्यांसह. या वॉटर वर्क्सच्या मिळकतीचा मी अभ्यास केला. महिन्याला पाण्याची साधारणतः २० हजार रुपयांची बिले होती. मी ज्या वेळी सर्व हिशोब तपासले, थोडासा अभ्यास केला तेव्हा माझ्या असे लक्षात आले, की ती बिले महिन्याला साधारणतः ६० हजार रुपयांची तरी यायली हवीत; परंतु तसे घडत नव्हते. कारण पाण्याचे जी मीटर होती ती बंद अवस्थेत होती आणि बिले काढताना सरासरी गृहीत धरून अंदाजे बिले काढली जात होती. त्या गोष्टीमुळे वॉटर वर्क्सचे प्रचंड नुकसान आधी झालेले होते. जर त्या व्यवस्थेमध्ये बदल केला गेला नाही तर ते नुकसान तसेच सुरू राहणार होते. म्हणून मी लगेच एक निवेदन जारी केले. त्यानुसार प्रत्येक फॅक्टरीला दोन मिटर आणावयास सांगितली. एक मिटर कनेक्शनला बसवायचे आणि जेव्हा ते मीटर

बिघडेल तेव्हा दुसरे मिटर बसवायचे. त्यानंतर बिघडलेले मीटर दुरुस्त करून ठेवायचे. म्हणजे मीटर कधीही बंद अवस्थेत राहणार नाही. एमआयडीसीच्या नियमावलीत या गोष्टीची आधीच तरतूद होती; परंतु त्याप्रमाणे घडत मात्र नव्हते. ती सिस्टीम पुन्हा चालू केल्याने बिलांमध्ये फरक पडू लागला आणि वॉटर वर्क्सचे उत्पन्न वाढले.

दुसरी गोष्ट एमआयडीसीमध्ये ज्या कंपन्यांचे प्रकल्प होते, ते जास्त पाणी वापर करणारे नव्हते. आम्ही तिथे कोणत्याही केमिकल इंडस्ट्रिजला जागा दिलेली नव्हती. जास्त पाणी वापरणारे प्रकल्प एमआयडीसीच्या बाहेर होते. त्यांच्यासाठी आम्ही एका व्यक्तीची मीटर रिडर म्हणून नेमणूक केली. तो मीटर रिडर दररोज ठरावीक वेळी त्या त्या प्रकल्पाचे पाण्याचे रिडिंग घेऊन त्यावर तिथल्या सुपरवायझरची सही घ्यायचा. या गोष्टीमुळे कंपन्या महिन्याला किती पाणी वापरतात ते माहीत झाले. त्यातल्या 'दायची' कंपनीशी संबंधित घटना मी विसरलो नाही. ही कंपनी एमआयडीसी क्षेत्राच्या बाहेर होती. त्यांना जे पाण्याचे बिल जात होते, ते दररोज ६ हजार लिटर पाणीवापर गृहीत धरून काढलेले असे. मी जेव्हा मीटर रिडर नेमला, तेव्हा त्याच्या नोंदीवरून असे आढळून आले, की ती कंपनी दिवसाला ९० हजार लिटर पाणी वापरत होती. मी त्यांना पूर्वीची थकबाकी म्हणून ५० हजार रुपयांचे बिल पाठवून दिले. ते बिल पाहून तिथल्या व्यवस्थापनामध्ये चांगलीच खळबळ उडाली. आम्ही मीटर रिडरमार्फत पाणी वापराच्या नोंदी ठेवत होतो, हे त्या कंपनीच्या डायरेक्टरला माहीत नव्हते. त्यांनी आम्हाला जुन्या बिलाप्रमाणेच चेक काढला आणि पाठवून दिला. वर असेही कळविले, की जर आम्ही कंपनीवर काही कारवाई केली तर ते कोर्टात केस दाखल करतील. त्यांच्या या उत्तराने मी काही डगमगलो नाही. मी त्यांना कळविले, की ''तुम्हाला केस करायची असेल तर करू शकता, पण मग आम्हीही आधीच्या बिलाप्रमाणे तुम्हाला दिवसाला ६ हजार लिटर पाणी असे महिन्याचे १ लाख ८० हजार लिटर पाणी देऊ. तुमचे तेवढे पाणी वापरून झाले की आम्ही समजू तुमचा महिन्याचा कोटा पूर्ण झाला, त्यानंतर आम्ही पाण्याचे कनेक्शन तात्काळ बंद करू. तो बंद केलेला पाणीपुरवठा पुढच्या महिन्याच्या १ तारखेलाच पुन्हा सुरू करू. तसेच तुम्ही एमआयडीसी क्षेत्राच्या बाहेर असल्यामुळे तुम्हाला पाण्याचा कोटा वाढवून मिळणार नाही.'' आम्ही अशी कठोर भूमिका घेतल्यामुळे कंपनीचे प्रशासन जाग्यावर आले. त्यांनी पन्नास हजार रुपयांचा चेक पाठवून दिला. हीच कारवाई आम्ही इतर अनेक कंपन्यांवर

केली. परिणामी आमचा महसूल महिन्याला ६० हजार रुपयांपर्यंत वाढला.

दरम्यानच्या काळात 'इम्प्रूव्ह टू वॉटर वर्क'ची एक योजना सुरू होती. आम्हाला टेल्को कंपनीच्याजवळ असलेल्या टेकडीवर दोन मोठ्या पाण्याच्या टाक्यांचे जलाशय बांधायचे होते. प्रत्येक टाकीचा व्यास ७० फुटांचा होता आणि उंची २० फुटांची. त्या टाक्या प्रि-स्ट्रेस्ड् पद्धतीने बांधायच्या होत्या. डिझाइनप्रमाणे ५ इंची कॉंक्रीटची भिंत बांधायची होती. तसेच टाकीला अडीच इंच जाडीचे शेल टाईप छत बांधायचे ठरले. त्याला खाली फाउंडेशन करायचे नव्हते. अशा प्रकारचे डिझाइन 'स्टूप इंडिया' या नामांकित संस्थेने केलेले होते. टेकडीवर साफसफाई करून ८० फुट व्यासाचे दोन भाग एका लेव्हलमध्ये केले.

आमचे मुख्य अभियंता ते काम पाहायला आले. काम पाहून झाल्यानंतर ते म्हणाले, ''भिडे, हे जलाशय टिकणार नाही, तेव्हा तू ते बांधू नकोस.''

''साहेब जर तंत्र बरोबर असेल, तर घाबरण्याचं काहीच कारण नाही.''

त्यांच्या बोलण्यावर मी ठामपणे उत्तर दिले आणि त्याप्रमाणे त्या टाक्या बांधल्याही. जमिनीवर नीओप्रोनचा रोल अंथरला. ७० फूट परिघाच्या वर्तुळावरून हा रोल अंथरला. त्याच्यावर पहिल्या फुटापर्यंत ८ इंच ते ५ इंच अशी कॉंक्रीटची भिंत बांधली आणि ते काम पूर्ण केले. आजही त्या टाक्या तशाच उभ्या आहेत.

एकीकडे पवनेतील पाण्याची परिस्थिती दिवसेंदिवस अत्यंत वाईट होत चालली होती, तर दुसरीकडे एमआयडीसीच्या पाण्याच्या वाढत्या मागणीची पूर्तता करण्यासाठी नवीन प्रकल्पाची गरज होती. दरम्यान 'इन्स्टिट्यूट ऑफ इंजिनिअर्स, पुणे' या संस्थेने २९-३० नोव्हेंबर १९६९ साली 'सिम्पोसिअम ऑन प्रॉब्लेम कनेक्टेड विथ डिस्पोज्ड ऑफ इंडस्ट्रियल वॉटर्स फ्रॉम व्हेरिअस इंडस्ट्रिज राउंड अबाऊट पुणे' या विषयावरील परिसंवादाचे आयोजन केले होते. त्या कार्यक्रमात मी सहभागी झालो होतो. तिथे मी माझ्या या विषयावरील निबंधाचे वाचन केले. त्या निबंधाची खूप चर्चा झाली. अनेक मराठी-इंग्रजी वृत्तपत्रांनी त्याची दखल घेतली. अनेकांनी मी निबंधात केलेले विचार दूरगामी परिणाम करणारे असल्याचे बोलून दाखविले. आज आपण पवना नदीची परिस्थिती पाहिली, तर त्या वेळी मी त्या निबंधातून केलेले भाकीत आज खरे ठरलेले दिसते. आज आपण पाहतोय, पवना नदीचे पात्र कसे जलपर्णीने पूर्ण आच्छादून गेले आहे. नदीचा श्वास त्यामध्ये अक्षरशः गुदमरून जातोय.

या परिस्थितीमुळे कालांतराने वॉटर वर्क्सही बंद पडले. जर मी त्या वेळी सांगितलेल्या गोष्टी तितक्या गांभीर्याने घेतल्या असत्या, तर ही परिस्थिती नक्कीच ओढवली नसती. पण दुर्दैव!

या दुर्दैवाला जबाबदार आपणच आहोत. पर्यावरण विषयाच्या प्रसिद्ध संशोधक सुनीता नारायण म्हणतात,

> *''शहरं पाणी नासतात. पाणी पुरवठ्यात २० ते ३० टक्के पाणी वाया जातं, ते वाहून नेण्याच्या व्यवस्थेतच. त्याला 'वितरणजन्य घट' असं गोंडस नाव आहे.*
>
> *आपल्या घरापर्यंत पोहोचणारं ८० टक्के पाणी शेवटी सांडपाणी बनून बाहेर गटारात जातं. यातही विष्ठेची राजकीय अर्थकारणाची बाब दडलेली आहे. दिल्लीशी संलग्न असलेला यमुनेचा २२ कि. मी. चा पल्ला पाहा. संपूर्णपणे प्रदूषणग्रस्त. त्यातला ७० टक्के वाटा दिल्लीचा आहे. तसं पाहिलं, तर यमुना दिल्लीत पोचेपर्यंत बरी स्वच्छ असते. दुसऱ्या टोकापाशी पाहिलं तर ऑक्सिजनची पातळी शून्यावर दिसते. दिल्लीतील यमुना नदी मृत नदी आहे. तिच्यावर वैध अंत्यसंस्कार तेवढे बाकी आहेत.''*

आमच्या नद्या मरणासन्न अवस्थेत पोहोचल्या आहेत. त्यांच्या प्रदूषणाच्या पातळीने सर्व सीमा ओलांडल्या आहेत. जेव्हा त्यांच्या शुद्धीकरणाचे खर्च आवाक्यात होते, तेव्हा आम्ही त्या योजना राबवल्या नाहीत. आता फक्त एका गंगा नदीच्या शुद्धीकरणासाठी सरकारला लाखो कोटी रुपयांचा खर्च करावा लागत आहे. एवढा खर्च करूनही यश मिळाले तर ठीक, नाही तर सर्व खर्च गटारगंगेच्या पाण्यातच जाईल.

जगभरात पाणीवापराबाबत काही मोजक्याच देशांनी चांगली कामे उभी केली आहेत. त्यात सिंगापूर, इस्रायल आणि ऑस्ट्रेलिया या देशांचा वरचा क्रमांक लागतो. पाण्याचा थेंबन्‌थेंब वापराच्या प्रत्येक चक्रातून जाऊनही त्याचा शेवटी पुनर्वापर करता यायला हवा. ती सवय आम्हाला लागायला हवी. पाणीवापराची आदर्श सवय हा मुद्दा तर आमच्यासाठी खूपच दूरचा आहे. त्यामुळेच दुष्काळातही 'पाणी जपून वापरा' हे आम्हाला लोकांना ओरडून ओरडून सांगावे लागते. ऑस्ट्रेलियात पाण्याचा वापर करणारे प्रत्येक यंत्र किंवा व्यवस्था किती पाणी वापरू शकते, याच्या मर्यादेची नोंद त्यावर छापली जाते.

मग हात धुवायचे असो की फ्लश करायचे असो. इतकी प्रगत राष्ट्रे जर अशा पद्धतीने काटकसर करत असतील, तर आम्ही तर त्यांच्याही पुढे जाऊन विचार करण्याची गरज आहे; परंतु आमच्या इथे या गोष्टीची ना राजकारणी लोकांना फिकीर आहे, ना सरकारी बाबूंना, ना जनतेला, असो!

एमआयडीसीची पाण्याची मागणी लक्षात घेता नवीन वॉटर वर्क्स बांधावयाचे ठरले. त्यासाठी जागेचा शोध चालू होता. जिथे मनुष्यवस्ती नसेल आणि शुद्ध पाणी असेल अशी जागा हवी होती. त्याप्रमाणे तशी जागा मिळाली होती. फार पूर्वी मिलिटरी डेअरी फार्म खडकीजवळ चालू झाले होते. त्यासाठी संरक्षण विभागाने पवना नदीवर चिंचवडच्या वरील भागात काही दगडाचे बांधकाम केलेले छोटे बंधारे बांधले होते. आता त्या बंधाऱ्याचे नाव आठवत नाही, परंतु १९३७ साली बांधलेला बंधारा व त्याच्या लगतची जमीन आम्ही नवीन पाणी पुरवठ्याच्या प्रकल्पासाठी मुक्रर केली. ती जागा संरक्षण विभागाची असल्याकारणाने त्यांच्याशी वाटाघाटी करण्याची गरज होती. त्याप्रमाणे त्यांच्या मिलिटरी कमांडर अधिकाऱ्यासोबत बैठका होऊन चर्चा झाली. आमच्या वॉटर वर्क्स विभागाकडून त्यांनाही पाणी दिले जात असे. बैठकीत त्या अधिकाऱ्यांनी असे सांगितले, की वापरात नसलेल्या बंधाऱ्याची दुरुस्ती करून तुम्ही ते वापरा. तसेच इंटेक वेल आणि जॅक वेल बांधण्यासाठीसुद्धा जवळची जमीन तुम्ही ताब्यात घेऊ शकता. त्याबदल्यात आम्ही सीएमईला थोडे पाणी वाढवून द्यावे. अशा प्रकारे सर्व गोष्टी परस्परांशी बोलून झाल्यानंतर तसे ॲग्रिमेंटही झाले. त्यासंबंधीच्या सर्व कामांची टेंडर काढून आम्ही वॉटर वर्क्सच्या कामाला सुरुवात केली. या कामांपैकी हेडवर्क आणि इंटेक वेलचे काम हे संरक्षण विभागाच्या हद्दीत होणार होते. ते काम सुरूही झाले. कॉफरडॅम घालून कंत्राटदाराने इंटेक वेलचे काम सुरू केले. सारे काही अगदी व्यवस्थित सुरू असताना अचानक एके दिवशी मिलिटरी इस्टेट ऑफिसर तिथे आले. त्यांनी तिथे काय चाललेय याची पाहणी केली आणि ताबडतोब काम थांबवायला सांगितले. त्यानंतर बोलणी करण्याकरता कंत्राटदार त्या अधिकाऱ्यांना माझ्याकडे घेऊन आला. त्या अधिकाऱ्यांना मी ॲग्रिमेंटची प्रत दाखवली. त्यावर त्या अधिकाऱ्याने सांगितले, की तुम्ही ज्या मिलिटरी कमांडरशी चर्चा करून ॲग्रिमेंट केले आहे, त्या मिलिटरी कमांडरला तसे व्यवहार करण्याचा अधिकार नाही. तसा अधिकार फक्त संरक्षण विभागाच्या सचिवांनाच आहे, असे त्याने सांगितले. या प्रकरणाने मी अगदीच

थक्क झालो; परंतु काम थांबविण्याशिवाय पर्याय नव्हता. तसे आश्वासन मी त्या अधिकाऱ्याला दिले. कंत्राटदारही म्हणाला, मी काम थांबवतो, पण इंटेक वेल मात्र सात दिवसांत पाण्याच्या पातळीवर आणतो. म्हणजे पावसाळ्यात जरी कॉफरडॅम वाहून गेला, तरी पुढील वर्षी कॉफरडॅम बांधण्याचा त्रास होणार नाही. त्यानंतर सात दिवस त्याने दिवसरात्र एक करून काम केले. मात्र शेवटच्या दिवशी मिलिटरी इस्टेट ऑफिसर पुन्हा आले. या वेळी येताना त्यांनी सैनिक आणले होते. कंत्राटदाराने काम चालू ठेवले म्हणून त्याने कामाच्या ठिकाणचे सर्व सामान जाळण्याचे ठरविले. कंत्राटदाराने त्यांच्या खूप गयावया केल्या आणि आपले सामान तिथून हलविले आणि तो प्लॉट मोकळा करून दिला. इतका सारा गोंधळ झाल्यानंतर आमच्या विभागाने ती जागा मिळविण्यासाठी पुढे जवळ जवळ ८ महिने प्रयत्न केले होते; परंतु त्याला काही यश आले नाही. शेवटी चिफ इंजिनिअरनी मला कळविले, की या प्रकरणात काही यश येईल असे वाटत नाही, तरी वॉटर वर्क्ससाठी दुसरी योग्य जागा पाहावी आणि जमीन अधिग्रहण करून नवीन बंधारा बांधावा.

त्यांच्या निर्णयाने मी खूपच खचलो. वॉटर वर्क्ससाठी आधी केलेली मेहनत पूर्णपणे वाया गेलेली होती. नवीन जागा शोधणे आणि बंधारा बांधणे जरुरीचे होते. पुन्हा पहिल्यापासून तयारी करण्यात खूपच दिरंगाई होणार होती. मला काहीच सुचत नव्हते. एकीकडे सतत पाण्याची मागणी वाढत होती. व्यवस्था तर काहीच नव्हती. नवीन व्यवस्थेसाठी वेळ जाणार होता. मी खूप विचार करत होतो, मात्र मार्ग सापडत नव्हता. नवीन योग्य जागाही मिळत नव्हती. तशात एक दिवस अचानक मला काही तरी वाटले आणि मी थेट मोहन धारिया यांच्याकडे गेलो. ते काँग्रेस पक्षाचे पुण्यातील ज्येष्ठ नेते होते. पक्षात त्यांना चांगलाच मान होता आणि वजनही होते. मी त्यांना संरक्षण विभागाच्या जागेवरील वॉटर वर्क्ससंबंधीची परिस्थिती व्यवस्थित समजावून सांगितली. परिस्थितीचे योग्य आकलन व्हावे म्हणून मी त्यांना घेऊन साईटवरही गेलो. गेले आठ महिने आमचे डिपार्टमेंट संरक्षण विभागाकडे त्या वॉटर वर्क्सच्या परवानगीसाठी पाठपुरावा करीत असल्याचे मी त्यांच्या कानावर घातले. माझे सर्व ऐकून घेतल्यानंतर आणि परिस्थितीची पाहणी केल्यानंतर त्यांनी त्या गोष्टीवर तीव्र नाराजी व्यक्त केली. त्यांनी त्याच दिवशी देशाचे संरक्षणमंत्री स्वर्ण सिंग यांना एक पत्र पाठविले. त्यानंतर केवळ आठ दिवसांतच मिलिटरी इस्टेट ऑफिसर जमीन ताब्यात दिल्याचे पत्र घेऊन आला. ते पत्र पाहून मला अतिशय

आनंद झाला. माझी पाण्याची चिंता आता लवकरच संपणार होती. मी सर्वांना व्यवस्थित पाणीपुरवठा करू शकणार होतो. शिवाय नवीन बंधारा बांधण्याचा खर्चही वाचला होता. त्यानंतर मी तातडीने संरक्षण विभागाच्या जागेवरील वॉटर वर्क्सचे उरलेले काम पूर्ण करण्यास सुरुवात केली.

मला जशी मोहन धारिया यांची मदत झाली तशी त्या काळचे उद्योगमंत्री असलेले राजारामबापू पाटील यांचीही मदत झाली. कारण नेहमी अशा काही समस्या समोर उभ्या ठाकत की त्यापुढे काही इलाजच चालत नसे.

त्याकाळी माझ्या हातून आणखी एक मोठे काम झाले.

आम्ही दुसरे वॉटर वर्क्स तर बांधले, परंतु आमच्या समस्या काही केल्या संपत नव्हत्या. एमआयडीसीत आल्यापासून मी समस्यांच्या देशीचा जणू राजाच झालो होतो. एक संपते न संपते तोच दुसरी पुढे उभी ठाकलेली. पवना नदीचे पाणी ज्याच्यावर आमची विशेष भिस्त होती ते पाणी दिवसेंदिवस खूपच प्रदूषित होऊ लागले होते. त्यावर उपाय म्हणून मी मोरचुदाची (कॉपर सल्फेट) पोती नदीच्या पाण्यात फिरवली होती. मात्र त्याने काही फारसा फरक पडला नाही. एके वर्षी पवना धरणाचे पाणीही कमी पडले. तो काळ आमच्यासाठी अक्षरशः परीक्षेचा काळ होता. पाणी नसेल तर इंडस्ट्री चालणार कशी? एमआयडीसी बंद तर पडणार नाही ना? इंडस्ट्री चालली नाही तर त्या इंडस्ट्रीमध्ये काम करणाऱ्या सुमारे ३० हजार कामगारांच्या नोकरीचे काय? त्यांची नोकरी गेली तर त्यांच्या कुटुंबाचं भवितव्य काय? या सारख्या असंख्य प्रश्नांमुळे माझी आणि आमच्या संपूर्ण विभागाची झोपच उडाली होती. त्या परिस्थितीतून बाहेर पडण्याचा एकच मार्ग होता आणि तो म्हणजे मुळेचे पाणी पवनेत टाकायचे.

तो मार्गही तितका सोपा नव्हता. कारण या कामात आम्हाला वीज खात्याच्या मदतीची गरज लागणार होती. आमच्या प्रोजेक्टसाठी ६७ अश्वशक्तीच्यावर विजेची गरज होती. जेव्हा कुठे एवढ्या मोठ्या प्रमाणावर वीज वापरली जाणार असते, त्या वेळी सुरक्षेच्या दृष्टीने त्याला सरकारच्या इलेक्ट्रिकल इन्स्पेक्टरच्या परवानगीची गरज असते. कारण त्या स्थितीत व्होल्टेज हे ११,०००० वरून ४४० व्होल्टवर आणावयाचे असते. हे काम अत्यंत जोखमीचे आणि धोकादायक असते. म्हणूनच त्याची नीट तपासणी करूनच इलेक्ट्रिकल इन्स्पेक्टर तो प्रोजेक्ट संमत करतात. त्यासाठी आधी सर्व ड्रॉईंग तयार करावी लागतात, ती पास करून मगच प्रोजेक्ट उभा करावा लागतो. शिवाय ती ड्रॉईंग एमआयडीसी आणि विद्युत विभाग या दोन्ही विभागांनी

स्वतंत्रपणे बनवून स्वतंत्रपणे पास करून घ्यायची होती. आमच्याकडे तेवढा वेळ नव्हता. कारण पवनेतून होणारा पाणी पुरवठा अगदी काही दिवसांतच बंद होणार होता. त्या आधी सर्व गोष्टी उरकण्याची गरज होती. नाही तर पिंपरीमधील दोन वॉटर वर्क्स बंद पडली असते. एक हिंदुस्थान अँटिबायोटिक्स या सरकारी कंपनीचे आणि दुसरे इंडस्ट्रियल एरियाकरिता बांधलेले पिंपरी वॉटर वर्क्स. म्हणून आम्ही आणि विद्युत खात्याने प्लॅन पास करण्याआधीच कामास सुरुवात केली. दोन खाती दिवसरात्र काम करत होती. विद्युत मंडळाने ट्रान्स्फॉर्मेशन स्टेशनपर्यंत वीज जोडून दिली. एमआयडीसी ने दोन्ही नद्यांना जोडणारी सुमारे दोन किलोमीटरची पाइपलाइन टाकली. आणि अशा प्रकारे आम्ही तो नदीजोड प्रकल्प पूर्ण केला.

मुळा नदीवर टाटा कंपनीचे एक धरण आहे. सर्वप्रथम आम्ही दोन नद्यांच्यामधील अंतर कुठे कमी होतेय ते शोधून काढले. त्यानंतर मुळा नदीवर जॅकवेल बांधून ट्रान्सफॉर्मर स्टेशन आणि पंप सेट उभारून रायसिंग मेनद्वारे मुळा नदीचे पाणी पवना नदीत सोडले. नियमाप्रमाणे (riperian rites) टाटाच्या धरणातून दररोज मुळेत पाणी सोडले जायचे. ते पाणी आम्ही पवना नदीत सोडत असू. आम्ही योजलेल्या त्या क्लृप्तीमुळे त्या बिकट परिस्थितीतून आम्ही बाहेर पडलो. या गोष्टीमुळे आमच्या विभागाचे आणि विद्युत डिपार्टमेंटचे खूप कौतुक झालें.

एका संकटातून आम्ही बाहेर पडलो खरे, पण त्यानंतर माझ्यापुढे आणखी एक संकट उभे राहिले. आम्ही जी ड्रॉईंग्ज इलेक्ट्रिकल इन्स्पेक्टरकडून पास करून घ्यायची होती, ती करून न घेतल्याबद्दल माझ्यावर आणि वीज महामंडळाच्या संबंधित अधिकाऱ्यावर इलेक्ट्रिकल इन्स्पेक्टरनी कायदेशीर कारवाई केली. खरे तर आमचा तो गंभीर गुन्हा होता. आमच्या हातून घडलेली एखादी छोटीशी चूकही मोठ्या अपघाताला कारणीभूत ठरली असती. सुदैवाने तसे काही घडले नव्हते, पण आम्हाला तशा नोटिशी मिळाल्यानंतर वीज महामंडळाचे अधिकारी चांगलेच घाबरले. या गोष्टीमुळे मीही घाबरलो होतोच; परंतु मी संयम राखत आमच्या सीईओंना ती गोष्ट सांगितली. त्यांनी ती उद्योगमंत्र्यांच्या कानावर घातली. सुदैवाने उद्योगमंत्री राजारामबापू पाटील होते. शिवाय वीज महामंडळाचाही कारभार त्यांच्याकडेच होता. त्यांनी आम्हाला काळजी करू नये असे सांगितले.

ते म्हणाले, की ''उद्योगांचा प्रश्न महत्त्वाचा आहे. ३० हजार कामगारांच्या

बेकारीचा प्रश्न महत्त्वाचा आहे. तुम्ही त्यासाठी काम केले आहे. तुम्हाला घाबरण्याची गरज नाही.''

त्यानंतर त्यांनी वीज महामंडळाला सांगितले, की ''त्यांना पाहिजे ती ड्रॉइंग करून त्याला पोस्ट सॅन्क्शन द्या.'' शिवाय तसे एक पत्रही एमआयडीसी आणि वीज महामंडळाला म्हणजेच एमएसईबीला देऊन संबंधित प्रकरणाची पूर्तता करण्याचे आदेश राजारामबापूंनी दिले. शेवटी ते प्रकरण सर्व कायदेशीर बाबींची पूर्तता होऊन एकदाचे संपले.

राजारामबापू पाटील यांच्याविषयी आणखी एक किस्सा मला इथे सांगावासा वाटतो. साधारणपणे १९६९ सालची गोष्ट असेल. इस्लामपूर येथे राजारामबापू पाटील सहकारी साखर कारखान्याचे काम चालू झाले. त्या कारखान्याला पाणीपुरवठ्याची योजना करण्याचे काम एमआयडीसीला मिळाले. एमआयडीसी प्रशासनाने त्यासाठी माझी निवड केली. माझ्या कार्यपद्धतीप्रमाणे मी कामाची पाहणी केली. त्यात मला एक समस्या आढळून आली. हेडवर्क्स व रायजिंग मेन्स या करता जमीन संपादन करावयाची राहिलेली होती. त्या कामाला बराच कालावधी लागणार होता. जमीन संपादनात मोठी अडचण होती ती स्थानिक राजकारणाची. रायजिंग मेन्स करता सुमारे १० फूट रुंदीची आणि २ हजार फूट लांबीची जमीन संपादन करण्याची गरज होती. जी जमीन लागणार होती त्यातली अर्धी जमीन ही राजारामबापूंच्या गटातल्या शेतकऱ्यांची होती, तर अर्धी जमीन ही वसंतदादा पाटील यांच्या गटातल्या शेतकऱ्यांची होती. साखर कारखाना हा राजारामबापू पाटील यांच्या गटाचा असल्याने वसंतदादा पाटील गटाच्या शेतकऱ्यांकडून जमीन देण्यास विरोध होत होता. त्यावर काही केल्या तोडगा निघत नव्हता. त्यामुळे वेळेचा अपव्यय आणि पैशाचाही अपव्यय होत होता. शेवटी आम्ही जॅकवेल, इंटेक वेल आणि रायजिंग मेन्स वगैरेंसाठी टेंडर्स काढली. त्याप्रमाणे कंत्राटदार नेमून त्याला काम सोपवून टाकले. तोपर्यंत जमिनीचे संपादन मात्र झाले नव्हते. तरीही मी कंत्राटदाराला काम चालू करण्यास सांगितले. विरोधी गटाच्या शेतकऱ्याच्या जागेत काम सुरू होताच, त्या शेतकऱ्याने काम थांबवण्यास सांगितले. तसा निरोप माझ्या डेप्युटी इंजिनिअरने मला दिला. मला माहीतच होते, असे काही तरी घडणार म्हणून. मी दुसऱ्या दिवशी तडक इस्लामपूर गाठले. तिथे मी ज्या शेतकऱ्याने काम थांबवले होते त्याच्याकडे गेलो.

''नमस्कार. मी प्रभाकर भिडे. राजारामबापू पाटील साखर कारखान्याच्या

इरिगेशनचे काम पाहणारा इंजिनिअर.'' मी अगदी शांतपणे त्या शेतकऱ्याशी बोललो.

''बोला की. काय काम हाय?'' तो शेतकरी माझ्याशी मग्रुरीत बोलला. त्याच्या चेहऱ्यावरचा राग स्पष्टपणे दिसत होता.

''तुम्ही आपल्या जिल्ह्याची शान राखली नाही!''

''म्हणजे हो, काय म्हणायचाय काय तुम्हाला?'' तो एकदम चपापला.

''माझ्या डेप्युटी इंजिनिअरने तुमच्या जमिनीत पाय टाकला आणि तुम्ही तो तोडला नाही. मला पटलं नाही हे!''

''अहो साहेब...'' तो शेतकरी एकदमच बावरला. त्याला काय बोलावे ते कळेनाच.

''आपल्या जिल्ह्यात प्रथा आहे, आपल्या मर्जीशिवाय जर कुणी आपल्या वावरात पाय टाकला तर तोडलाच म्हणून समजा. पण तुम्हाला ते जमलं नाही... हे बरोबर नाही.''

''अहो साहेब तसं नाय.., पण..., या.. या.., तुम्ही हिथलंच हायसा म्हणा की....''

त्याने मला घरात येण्यासाठी विनंती केली. मला बसण्यासाठी घोंगडे अंथरले. एका थाळीत गूळ आणि शेंगा आणून माझ्यासमोर ठेवल्या. तो थोडा वरमलेला पाहून मी बोलायला सुरुवात केली.

''हे बघा पाटील, हा जो साखर कारखाना होणार आहे, त्याने सर्वांचंच भलं होणार आहे. दोन्ही बाजूंनी थोडी थोडी जमीन दिली तरच हे घडेल, पण पुढच्या कित्येक पिढ्यांचं भलं होईल. थोडा विचार करा.''

मी त्या शेतकऱ्याशी बऱ्याच गप्पा मारल्या. त्या जमीन-मालकाला मी सांगलीचा असल्याचा अभिमान वाटला. गप्पा मारता मारता मी त्याला सर्व गोष्टी नीट समजावून सांगितल्या. तो आपली जमीन द्यायला तयार झाला. त्यानंतर मी दोन्ही गटाच्या लोकांना एकत्र जमवून सर्व परिस्थिती समजावून दिली. दोन्ही बाजूचे लोक जमिनी द्यायला तयार झाले. जेवढी जमीन हवी होती, तेवढी ताब्यात आली. गुंता सुटला. सर्वांनाच आनंद झाला.

त्यानंतर मी वसंतदादांनाही भेटलो.

ते म्हणाले होते, ''हा प्रश्न तुम्ही चांगला सोडवलात. कारखाना इस्लामपूरला झाला तर चांगलंच आहे. वाहतूक स्वस्त होईल.''

वसंतदादा हे प्रॅक्टिकल होते. त्या काळच्या पुढाऱ्यांना व्यापक

जनहितासंबंधी आस्था होती. त्याचेच हे उदाहरण. खरे तर राजारामबापूंनीच मला वसंतदादांची भेट घ्यायला सांगितले होते. अशा प्रकारे चांगल्या पुढाऱ्यांशी माझा नेहमीच संबंध येत गेला. त्यांच्याकडून अनेक गोष्टी शिकण्यासारख्या होत्या, त्या मी शिकतही होतो.

एमआयडीसीमध्ये पदभार स्वीकारल्यानंतर माझे क्षितिज विस्तारले होते. मोठमोठ्या कंपन्यांशी व्यवहार करता करता अनेक गोष्टी शिकावयास मिळत होत्या. एवढ्या अवाढव्य कंपन्या, त्यांचा व्याप, व्यवस्थापन, अजस्र यंत्रसामग्री, त्याला लागणाऱ्या सोयीसुविधा यांमुळे काम करताना अक्षरशः ऊर भरून यायचा. मोठ्या कंपन्यांमध्ये घडणारी प्रत्येक गोष्ट ही तुम्हाला काही तरी शिकवत असते. एक उदाहरण देतो. 'टाटा' कंपनीने पिंपरी येथे एमआयडीसीमध्ये २०० एकरहून अधिक जागा घेतली होती. शिवाय त्या जागेसमोरच निवासाकरिता ३०० एकरची जमीनही खरेदी केली होती. ती जमीन खाजगी मालकीची होती, बहुतेक सरदार बावडेकर यांच्याकडून ती खरेदी केली होती. त्या जमिनी घेतल्यावर त्यांनी त्याभोवती कुंपणाची भिंत घालण्याचे काम सुरू केले. आणि भिंत बांधून झाल्यानंतर आतली जमीन सपाट करण्यासाठी मोठ-मोठे खडक फोडून काढले. दुसरीकडे 'बिर्ला' या कंपनीने मात्र कुंपणाची भिंत बांधण्यापूर्वी आधी आतले खडक फोडून काढले आणि त्या खडकांपासून निघालेल्या दगडांनीच त्यांनी कुंपणाची भिंत बांधली. त्यामुळे त्यांना भिंतीसाठी वेगळा दगड विकत आणावा लागला नाही. तो दगड विकत घेण्याचा आणि त्याच्या वाहतुकीचा खर्च त्यांनी वाचवला होता. अर्थातच, शेकडो एकर जमिनीला कुंपण बांधण्याचा खर्च हा नक्कीच मोठा होता आणि त्यांनी तो वाचवला होता. तिकडे टाटा कंपनीला मात्र तो खर्च करावा लागला. अशा प्रकारे कंपनीमधले व्यवस्थापन कशा प्रकारे कामकाज करते यावर कंपन्यांची भरारी आणि विकास अवलंबून असतो. अर्थात, टाटा कंपनीही खूप चांगल्या प्रकारचे व्यवस्थापन करते.

आणखी एक गमतीचा परंतु शिकवणारा किस्सा.

त्या वेळी किसन बाने नावाचे एक गृहस्थ माझ्याकडे आले. त्यांना ह्युम पाईप फॅक्टरी काढायची होती. त्यासाठी त्यांनी एमआयडीसीमध्ये प्लॉटही घेतला होता. त्यांनी मला त्यांच्या फॅक्टरीसाठी कोणी चांगला कन्सल्टंट आहे का, असे विचारले. त्यावर मी त्यांना आनंद गोगटे या माझ्या मित्राविषयी सांगितले. त्यानेही पहिली नोकरी सोडली होती व दुसऱ्या नोकरीच्या शोधात होता. काही दिवसांनंतर बाने यांनी 'देवी इंडस्ट्रिज' या नावाने ह्युम पाईपची

फॅक्टरी सुरू केली. माझा मित्र आनंद गोगटे हाही त्यांच्याकडे नोकरीवर रुजू झाला. दरम्यानच्या काळात एमआयडीसीत माझी काही रस्त्याची कामे सुरू होती. तेव्हा आम्हाला अनेकदा क्रॉस ड्रेनेजसाठी पाईप लागत. आम्ही त्या देवी इंडस्ट्रिजकडून घेत असू. तो सर्व व्यवहार चेकद्वारे व्हायचा. आम्हाला जेव्हा जेव्हा पाइप लागायचे, तेव्हा तेव्हा आम्ही श्री. बाने यांना कळवत असू. त्यानंतर देवी इंडस्ट्रिजकडून पाईप यायचे आणि पाईप मिळाल्यानंतर त्याचा चेक आम्ही पुन्हा श्री. बाने यांच्याकडे पाठवून द्यायचो. देवी इंडस्ट्रिजचे ऑफिस पुण्यातील डेक्कनवर होते. एकदा मी एका कामासाठी डेक्कनवर गेलो होतो. तिथे गाडी पार्क करण्यासाठी आम्ही जागा शोधत होतो. तेव्हा ड्रायव्हरला देवी इंडस्ट्रिजचा बोर्ड दिसला. त्याने गाडी देवी इंडस्ट्रिजच्या आवारात पार्क केली आणि मी माझ्या कामासाठी निघून गेलो. माझे काम झाल्यानंतर मी जेव्हा परत आलो, तेव्हा ड्रायव्हरने सांगितले, की देवी इंडस्ट्रिजमध्ये तुम्हाला चहासाठी बोलविले आहे. मी त्यांच्या ऑफिसमध्ये गेलो, तिथे चहा घेतला. त्या वेळी बाने तिथे नव्हते. त्यानंतर रात्री घरी आल्यानंतर मी श्री. बाने यांना फोन केला.

''नमस्कार बानेसाहेब. प्रभाकर भिडे बोलतोय.''

''नमस्कार, नमस्कार साहेब. कसे आहात? आज काय काम काढलंत आमच्याकडे?''

''काही कामबिम नाही हो. आज दुपारी तुमच्या ऑफिसवर जाऊन आलो. मस्त चहा वगैरे घेतला. तुम्ही नव्हता म्हणून तुमची भेट झाली नाही. म्हणून म्हटलं तुम्हाला फोन करून कळवावं.''

''ऑफिसवर म्हणजे, देवी इंडस्ट्रिजच्या का?''

''हो, हो! तिथेच. डेक्कनच्या.''

''बरं, बरं. पण साहेब मी आता देवी इंडस्ट्रिजमध्ये नाहीये. मी सोडली ती कंपनी. आता जवळ जवळ दोन वर्ष तरी होतील.''

त्यांच्या त्या उत्तराने मला धक्काच बसला. आजवर आम्ही देवी इंडस्ट्रिजच्या आमच्या सर्व ऑर्डर्स बाने यांनाच कळवत असू आणि देवी इंडस्ट्रिजचा चेकही त्यांच्याकडेच देत असू; पण कधीही त्यांनी कंपनी सोडल्याचे सांगितले नाही. शिवाय ऑर्डर घेण्यासही नकार दिला नाही. वर चेकही अगदी देवी इंडस्ट्रिजकडे व्यवस्थित पोहोचवले होते. त्या सुखद धक्क्यातच मी त्यांना विचारले,

''पण साहेब आम्ही देवी इंडस्ट्रिजच्या ऑर्डर तुमच्याकडेच देत होतो. त्या वेळी तुम्ही काही बोलला नाहीत आणि त्या कंपनीमार्फत सर्व व्यवहार अगदी

चोखही केलेत. हे मला कळत नाही.''

''हं... काय आहे ना साहेब...वुई मीट ऑन द टेरेस अ‍ॅण्ड क्वारल इन द कॉर्नर...''

मराठी माणसाच्या बाबतीत हीच गोष्ट अगदी उलट दिसून येते. ''मराठी मॅन मीट इन कॉर्नर अ‍ॅण्ड फाईट इन टेरेस.''

एमआयडीसीमध्ये काम करत असताना आणि नंतरही मला जे यशस्वी उद्योजक दिसले, त्यात अमराठीच लोक जास्त होते. मराठी लोक उद्योग व्यवसायात नव्हते असे नाही; परंतु ठळक उदाहरणे हाताच्या बोटावर मोजण्याइतकीच. ही परिस्थिती खरे तर बदलायला हवी. त्यासाठी किरण बाने यांच्यासारखी वृत्ती मराठी माणसाने जोपासायला हवी. एकमेकांचे पाय खेचण्यापेक्षा एकमेकांना मदतीचे हात द्यायला हवेत. तुम्ही तुमची कौशल्ये वापरून, योग्य संधी साधून, मेहनत करून नक्कीच यश मिळवू शकता. त्याला जर एकमेकांनी साथ दिली, तर मराठी माणूसही उद्योग-व्यवसायात पुढे जाऊ शकतो.

१९६४साली सुरू झालेला माझा एमआयडीसीतला प्रवास १९७०ला थांबला. माझी बदली तिथून ठाण्याला झाली होती.

■

मुक्काम

ठाणे

''प्रभाकर तुमची बदली झाली हे काही मला रुचलं नाही. मला वाटतं, मीच वर थोडासा जोर लावला पाहिजे. तुमचं काम चांगलं चाललंय. एमआयडीसीला आणि पिंपरी-चिंचवडला तुमची गरज आहे. आजपर्यंत एम आयडीसीत इतक्या अडचणी आल्या, पण तुम्ही त्या अगदी नियोजनपूर्वक, चिकाटीने, हुशारीने आणि अगदी वेळेत त्यावर मात केलीत. एमआयडीसीला जे काही चांगले अधिकारी लाभले, त्यात तुमचं नाव अग्रणी आहे. आता कुठं एमआयडीसीला चांगले दिवस यायला लागलेत. अजूनही मोठा पल्ला गाठायचा आहे. आणि तुमच्या बदलीचं हे काय मध्येच...''

अण्णासाहेब मगर माझ्या बदलीबाबत प्रतिक्रिया देत होते. मी त्यांच्यासमोर शांतपणे बसलेलो होतो. त्यांचे बोलून झाल्यानंतर मी म्हणालो,

''साहेब, अहो साधारणपणे ३ वर्षांनंतर कुणाला एका ठिकाणी ठेवत नाहीत. इथे तर मला पाच वर्षांपेक्षा अधिक काळ लोटलाय आणि मलाही आता थोडा बदल हवाय. शिवाय ठाण्यात माझ्या मुलांच्या भवितव्याच्या दृष्टीने काही तरी चांगलं करता येईल. त्यांना तिथे चांगल्या शाळा मिळतील. इथे आता बऱ्यापैकी गोष्टी सुरळीत झाल्यात. फारशी अडचण येणार नाही; परंतु तिकडे

ठाण्यात आता मोठे प्रकल्प आले आहेत. नोसिल, फायझर, स्टँडर्ड अल्कली, हार्डिलिया अशा मोठमोठ्या प्रकल्पांना पाणी पुरवठा करण्याची गरज आहे. तिथे अनुभवी माणसांची गरज आहे. त्यामुळे तुम्ही आता हट्ट करू नका. आणि इथे जर काही अडचण आलीच, तर मी आहेच ना! धावत येईन.''

मी अण्णासाहेब मगर यांना समजावले. तरीही ते ऐकत नव्हते, शेवटी एमआयडीसीचे सीईओ त्यांच्याशी बोलले. त्यांनी अण्णासाहेबांना समजावले आणि अखेर मी ठाण्यात रुजू झालो. ते साल होते १९७०. पिंपरी-चिंचवड येथे मला जसा राहावयास बंगला होता, तसाच बंगला वागळे इस्टेटमध्ये होता. त्यामुळे आम्ही तिथे राहावयास गेलो. त्यानंतर मला जे महत्त्वाचे काम करायचे होते, ते म्हणजे मुलांचा शाळेत प्रवेश करून देणे. माझा मोठा मुलगा माधव हा सातवीला होता, तर छोटा मिलिंद हा चौथीला होता. ते दोघेही मराठी मीडियममध्ये शिकत होते. म्हणून मी त्या दोघांना ठाण्यातल्या बेडेकर हायस्कूलच्या मराठी मीडियमच्या शाळेत प्रवेश घेऊन दिला. पहिल्या दिवशी मुले नीट शाळेत गेली; परंतु दुसऱ्या दिवशी ती शाळेतच जाईला तयार होईनात.

''पप्पा, आम्हाला नाही शाळेत जायचं.''

''शाळेत नाही जायचं? का रे?''

''नको पप्पा, तिथली मुलं खूप दंगा करतात. आम्हाला नाही आवडली ती शाळा.''

''अरे मुलं आहेत म्हटल्यावर दंगा करणारच ना! तुम्ही नाही का करत.''

''हो, पण ती मुलं खूप म्हणजे, खूप म्हणजे, खूप दंगा करतात. आणि शिक्षकही शिकवत नाहीत.''

''इतका दंगा करतात. मग मलाच यायला पाहिजे पाहायला. ठीकाय चला मीच येतो मग.''

असे म्हणत, मी मुलांना तयार केले आणि थेट त्यांची शाळा गाठली. आणि तिथे गेल्या नंतर मला भयंकर परिस्थिती पाहावयास मिळाली. मुले खरेच खूप दंगा करत होती आणि त्यांच्यावर कुणीही लक्ष ठेवत नव्हते. एकूणच मला त्या शाळेच्या व्यवस्थापनाचा अंदाज आला. मुले तर दंगा करणारच, पण त्यांच्यावर व्यवस्थित लक्ष ठेवून, त्यांना व्यवस्थित मार्गदर्शन करणारे शिक्षक मात्र त्यांचे काम करताना दिसत नव्हते. मी ठरवले, अशा शाळेत मी माझ्या मुलांना ठेवणार नाही. त्यानंतर खरे तर मला मुलांच्या शाळेविषयी थोडीशी

चिंता वाटू लागली. मी खूप विचार केला. आजूबाजूच्या लोकांकडे थोडीशी चौकशी केली आणि एक निर्णय घेतला. मी मुलांना ठाण्यात प्रसिद्ध असलेल्या जॉन बाप्टीस्टच्या शाळेत टाकायचे ठरवले. मात्र एक अडचण होती. ती शाळा इंग्लिश मीडियमची होती आणि माझी मुले तर मराठी मीडियममधून शिकलेली होती. त्यामुळे तिथले शाळा व्यवस्थापन माझ्या मुलांना प्रवेश देणार नाही हे गृहीत धरून मी मंत्रालयातून एक शिफारसपत्र मिळवले. ते शिफारसपत्र घेऊन मी त्या शाळेत गेलो. तिथल्या प्रिन्सिपॉलला भेटलो. ते माझ्या मुलांना प्रवेश द्यायला तयार झाले; परंतु ते म्हणाले, की ''तुमची मुले मराठी मीडियममधून शिकली आहेत. त्यांना थेट इंग्लिश मीडियममध्ये घातले, तर त्यांना ते अवघड जाईल. त्यामुळे आम्ही त्यांना एक इयत्ता मागे प्रवेश देऊ.''

त्यांच्या त्या विधानावर मी थोडासा नाराज झालो, पण लगेच सावरलो. मी त्यांना सांगितले, की ''तुम्ही माझ्या मुलांना आहे त्याच इयत्तेत प्रवेश द्या. मी तुम्हाला खात्री देतो, की माझी मुले वार्षिक परीक्षेत वरच्या क्रमांकाने पास होतील.''

माझा तो निश्चय पाहून त्यांनी मुलांना त्याच वर्गात प्रवेश दिला. मला माझ्या मुलांविषयी, त्यांच्या हुशारीविषयी विश्वास होता आणि मुलांनीही तो विश्वास सार्थ ठरवला. शिवाय त्यांच्या आईनेही त्यांच्या अभ्यासाकडे चांगले लक्ष दिले. मुलांनीही अगदी चिकाटीने आणि मन लावून अभ्यास केला. त्या वर्षी सातवीतील माधव वार्षिक परीक्षेत तिसरा आला, तर चौथीतील मिलिंद पहिला आला. मुले परीक्षेत चांगल्या गुणांनी पास झाली आणि आमची त्यांच्या शिक्षणाविषयीची चिंता बरीचशी कमी झाला.

ठाण्यात मी ज्या डिव्हिजनला रुजू झालो होतो, त्या डिव्हिजनचा चार्ज माझाच एक वर्गमित्र असलेल्या श्री. देशपांडेकडे होता. मी कामावर रुजू झाल्यानंतर त्याची भेट घेतली.

''ये प्रभाकर, ये बैस. काय झाली का राहायची वगैरे सगळी व्यवस्था?''

''होतेय. हळूहळू रूटीन होईल.''

''काय ठाणं आवडतंय का?''

''हं... आहे चांगलं. महत्त्वाचं म्हणजे मुलांची सोय चांगल्या शाळेत झाली बघ. कामाचं काय, त्याची तर आपल्याला सवयच आहे.''

''तेही बरोबरच आहे म्हणा. पण आणखी एक सवय तुला करून घ्यावी लागेल.''

''कसली रे?'' मी थोडेसे आश्चर्याने विचारले.

''रात्रीची जागरणं करण्याची. पण तू इथे आल्यामुळे माझी जागरणं मात्र बंद होतील बरं का!''

''म्हणजे?'' त्याच्या अशा बोलण्याचा मला अर्थच लागला नाही, म्हणून मी चौकशी करण्याच्या हेतूने विचारले.

''तसं विशेष काही नाही रे. कामाचंच. आपली पाइपलाइन ही एचओसीपासून जुन्या पुणे-मुंबई रस्त्याने ट्रान्स ठाणा क्रीक रोडवरून खाली कळव्यापर्यंत आहे. जवळ जवळ २६ किलोमीटर लांबीची ही लाइन आहे. गंमत म्हणजे या लाइनवर प्रत्येक मैलावर एक चौकीदार आहे. जेव्हा केव्हा पाईप फुटेल तेव्हा हे चौकीदार पुढे डेप्युटी इंजिनिअरला कळवतात. मग डेप्युटी इंजिनिअरने आपली गँग घेऊन तिथं जायचं आणि दुरुस्ती करून सर्व व्यवस्थित करायचं. बरं.. हे काम लांबणीवर टाकून चालत नाही. लगेच वरून ओरड सुरू होते. कारण याच लाइनमधून मोठमोठ्या इंडस्ट्रिजना पाणीपुरवठा होतो बाबा. आता तुला तर माहीतच आहेत, या इंडस्ट्रिजबद्दल. तर असं आहे सगळं. त्यामुळे जागरणाची तयारी करा.''

त्याच्या या उत्तरावर मी फारसे काही बोललो नाही. थोड्याशा इकडच्या तिकडच्या गप्पा करून लगेच मी कामाला लागलो; परंतु त्याचे ते बोलणे मला स्वस्थ बसू देत नव्हते. एकूण परिस्थिती काय आहे ते तपासून घेतले पाहिजे, असे मला वाटू लागले. त्याप्रमाणे मी सर्व पाइपलाइनची पाहणी केली. तेव्हा मला असे आढळले, की या पाइपलाइनवरील सर्व एअर व्हॉल्व्ह बंद आहेत. लोक त्या व्हॉल्व्हमधून पाणी भरत असल्यामुळे ते बंद केले होते. मी ते तात्काळ चालू केले. फक्त ते करत असताना मी त्या एअर व्हॉल्व्हची आउटलेट पाइप एका टेकडीवर हायड्रॉलिक ग्रेडियंटच्या वर ठेवली. त्यामुळे एअर चोकिंग बंद होऊन पाइप फुटणेही बंद झाले. मी केलेल्या या उपाययोजनेमुळे २४ तास पाणीपुरवठा होऊ लागला. त्याचा परिणाम कंपन्यांच्या उत्पादनावर झाला. उत्पादनात वाढ झाली आणि आमच्या वसुलीतही. फक्त एकच समस्या उरली होती. ती म्हणजे पाइपलाइनवरील २६ चौकीदारांची. आम्ही त्यांना मजूर तत्त्वावर नोकरीत कायम ठेवण्याचे ठरविले; परंतु तरीही त्या सर्वांनी नोकऱ्या सोडल्या. त्यांना काम नको होते. कारण एका मैलाला एक चौकीदार हे फक्त

कागदावरच होते. हे सर्व लोक काम न करता घरीच असायचे.

इतक्या सर्व गोष्टी घडल्यानंतर आमच्या वॉटर वर्क्सला चांगलाच फायदा झाला. इतर गोष्टींमधील सुधारणाही चालूच होत्या. आम्ही आणखी एका वॉटर वर्क्सवरून आमच्या वॉटर वर्क्सला पाणी आणू लागलो. त्यासाठी शहाद येथे पाणी पुरवठा केंद्र सुरू केले. त्या केंद्रावरून पाणी कल्याणशील रोड, ट्रान्स ठाणे रोडवर आणून ते पाणी पुढे ठाण्याच्या बाजूस पुरविले. ट्रान्स ठाणे रोडवरून आधीची लाइन आणि नंतरची शहादकडून आलेली लाइन या एकत्र पुढे जात असत. त्या ठिकाणी आम्ही एमआयडीसीकडून एक प्लॉट घेतला. त्यावर दहा खोल्या बांधल्या. त्यापैकी चार मजुरांना, चार फिटरना, एक ड्रायव्हरला दिली. उरलेल्या एका खोलीत आम्ही त्या दोन्ही लाइनमधील दाब मोजण्यासाठी प्रेशर गेजेस लावली. प्रेशर कमी होणे म्हणजे कुठे तरी लाईन लिकेज झाली आहे, असे समजत असे. तसेच जर पाईप पूर्णपणे फुटली असेल तर प्रेशर गेजवर शून्य मापन दर्शविले जाई. वेळोवेळी ते पाहण्यासाठी तिथे एक चौकीदारही नेमला. शिवाय एक कनिष्ठ अभियंता नेमून त्याच्यासाठीही एक क्वॉर्टर बांधली. जेव्हा जेव्हा पाण्याचा दाब कमी होई, त्या वेळी चौकीदार कनिष्ठ अभियंत्याला कळवत असे. त्यानंतर कनिष्ठ अभियंता गाडी घेऊन लाइनची तपासणी करायचा आणि काही दुरुस्ती असेल ती करून घ्यायचा. जर समस्या मोठी असेल तर चौकीदार मोठ्या कंपन्यांना फोन करून वॉटर सप्लाय चार तास कमी राहील अशी सूचना द्यायचा. असे सर्व नियोजन केल्यामुळे खर्च खूप कमी झाला. मुख्यतः पाणी भरपूर मिळू लागले. परिणामी वॉटर वर्क्सची मिळकतही वाढली.

ठाण्याला माझ्याकडे दोन वॉटरवर्क्स व दोन बूस्टर स्टेशन होती. या चारही ठिकाणी पाण्यात क्लोरीनचा डोस दिला जात असे. क्लोरिनच्या डोसचे सिलिंडर असायचे. तो सिलिंडर संपला की उपअभियंत्याला कळविले जायचे. मग तो उपअभियंता एका कर्मचाऱ्याला मुंबईच्या सेंच्युरी रेयॉन या कंपनीत पाठवत असे. त्या कंपनीचे ऑफिस मुंबईला होते आणि गोडाउन कल्याणला. त्यामुळे मुंबईत पैसे भरून त्याचे चलन घेऊन सिलिंडर घेण्यासाठी ट्रक घेऊन कल्याणला जावे लागायचे. त्यानंतर कर्मचारी चलन देऊन मग सिलिंडर घेऊन यायचा, अशी ती व्यवस्था होती. या व्यवस्थेमध्ये किमान दोन दिवस जात. त्या दोन दिवसांत पाण्यात क्लोरिनऐवजी ब्लिचिंग पावडर वापरली जाई. ब्लिचिंग पावडर ही अनस्टेबल असते. त्यात पाणी मिसळून वरील निवळी घेऊन तो क्लोरिन डोस वापरावा लागे. ब्लिचिंग पावडर तशी महाग. शिवाय त्यात क्लोरिनचे

प्रमाण फक्त २४ टक्के, म्हणजे त्यातून मिळवले जाणारे क्लोरिन आणखी महाग पडायचे. ही गोष्ट मला खटकली. यावर काही तरी उपाय शोधायला हवा होता. माझे एक मित्र सेंच्युरी रेयॉनमध्ये मोठ्या पदावर होते. मी त्यांची गाठ घेतली आणि यावर त्यांच्याशी विचारविनिमय केला. त्यातून आम्हाला एक चांगला मार्ग सापडला. आम्ही असे ठरविले, की दोन वॉटर वर्क्स आणि दोन बूस्टर्स स्टेशन अशा चारही ठिकाणी एक-एक सिलिंडर जादा ठेवून द्यायचा. जेव्हा पहिला सिलिंडर संपेल तेव्हा तो दुसरा जादा असलेला सिलिंडर लावायचा. त्यानंतर प्रत्येक महिन्यात कंपनीतून चार सिलिंडर भरलेला ट्रक निघेल. तो चारही ठिकाणी एक एक सिलिंडर देईल आणि तिथे असणारा रिकामा सिलिंडर परत घेऊन जाईल. या नियोजनामुळे ब्लिचिंग पावडरवर होणारा आमचा खर्च खूप कमी झाला. शिवाय आम्ही मोठ्या प्रमाणावर क्लोरिन खरेदी करू लागल्यामुळे तो आम्हाला कमी दरातही मिळू लागला.

मी ज्या सुधारणा करत होतो, त्या साध्या साध्या गोष्टींचा विचार करून, त्यातील त्रुटी दूर करून खर्च कमी करत होतो. एकूण यंत्रणेच्या कार्यक्षमतेत सुधारणा होईल असे पाहत होतो. परिणामी नफा आपोआप वाढत होता. 'रीटर्निंग टु लर्निंग' च्या बार्बरा नान्स म्हणतात-

> *''तुमची उद्दिष्टे वास्तववादी असायला हवीत. ती तुमच्या आवाक्यातील असायला हवीत. तुम्ही जर तुमची उद्दिष्टे अवास्तव ठेवलीत तर तुमचा अपेक्षाभंग होणे अटळ आहे. जेव्हा तुमच्या हातातले काम खूप मोठे असते, तेव्हा तुम्ही त्याचे छोटे छोटे भाग करा. प्रत्येक छोट्या भागावर व्यवस्थित लक्ष केंद्रित करा. असे केल्याने तो मोठा प्रकल्पही तुमच्या अंगावर येणार नाही. आणि तो प्रकल्प पूर्ण करण्यात तुम्ही यशस्वी व्हाल. तुम्ही कोणताही प्रकल्प वेळेवर पूर्ण करण्यासाठी थोडा अवधी राखून ठेवा. तसे केल्याने तुमच्यावर कामाचा ताणही पडणार नाही आणि वेळेचे सुयोग्य व्यवस्थापनही होऊ शकेल.''*

मीही माझ्या कामांच्या बाबतीत काहीशी अशीच पद्धती अवलंबिली होती. मात्र मी जिथे जात होतो, तिथे समस्याच इतक्या असायच्या की विचारता कामा नये. मी एक एक गोष्ट सुधारत होतो; परंतु प्रत्येक वेळी मला काही ना काही तरी त्रुटी दिसायच्या. आधीच्या लोकांनी प्लांट उभे करताना वा उभे

झाल्यानंतर त्याचे डिझाईन, व्यवस्थापन वा प्रक्रिया यामध्ये फारसा विचार केलेला नाही, हे स्पष्टपणे आढळून यायचे. अनेक छोट्या छोट्या तांत्रिक गोष्टींमध्येही त्रुटी होत्या; परंतु त्यामुळे त्याचा परिणाम एकूणच प्रक्रियेची गती मंदावण्यात तरी होत होता किंवा खर्च वाढण्यामध्ये तरी होत होता. अशीच एक गोष्ट माझ्या लक्षात आली. आमच्या वॉटर वर्क्सच्या चारही पंपिंग स्टेशनमध्ये 'ज्योती लिमिटेड बरोडा' या कंपनीचे पंप बसविलेले होते. त्यांचे डिझाइन पाहताना मला असे आढळून आले, की ॲक्च्युअल हेडपेक्षा जास्तीच्या हेडला पंप डिझाइन केलेले आहेत. त्या गोष्टीमुळे पंपची कार्यक्षमता कमी होत होती. म्हणून मग त्यासंदर्भातील सर्व माहिती आम्ही ज्योती लिमिटेडला कळवली. त्यांनी काही रक्कम आकारून ते सर्व हेड व्यवस्थित करून दिले. त्यामुळे पंपांची कार्यक्षमता वाढली आणि महत्त्वाचे म्हणजे विजेचे बिल हे महिन्याला जवळ जवळ एक लाखाने कमी येऊ लागले. ही गोष्ट खूप मोठी होती. एक छोटीशी गोष्ट केल्यामुळे इतक्या मोठ्या प्रमाणावर फरक पडला होता.

मी ठाण्याच्या वॉटर वर्क्समध्ये ज्या काही सुधारणा केल्या, त्यामुळे मनुष्यबळ, वीज आणि क्लोरिनवरील बराचसा खर्च कमी झाला. तसेच पाइप फुटणे व नवीन घालण्याचाही खर्च कमी झाला. पाणी पुरवठा वाढला. आणि या सर्वांचा परिणाम म्हणून आमचे वॉटर वर्क्स खूपच फायदा देऊ लागले. हा फायदा आम्हाला सीएओ यांना ट्रान्स्फर करावा लागत असे. त्यांना त्या पैशाचा खूप उपयोग झाला. त्यामुळे आमच्या विभागाचे सीईओ आणि सीएओ यांनी एकत्रितपणे मला बोलावून घेतले. मी त्यांच्याकडे गेलो. त्यांनी माझे मोठ्या उत्साहाने स्वागत केले.

''प्रभाकर भिडे, या, या. खूपच जोरदार काम करताहात तुम्ही.'' सीएओ म्हणाले.

''काय जादू वगैरे आहे काय? का पैसे छापायचा कारखाना वगैरे आहे.'' सीईओ हसत हसत म्हणाले.

''नाही साहेब. पाण्याचाच पैसा आहे. कारखाना काढायची काय गरज आहे!'' मी हसत हसत म्हणालो.

माझ्या त्या बोलण्यावर तेही अगदी मनमोकळे हसले. मला खूप बरे वाटले. माझे वरिष्ठ माझ्याशी सन्मानाने वागत होते. त्याचे कारण मला माहीत होते. माझ्या कष्टाचे चीज झाले, असेच मला वाटले.

''बरं आम्ही तुम्हाला इथं बोलावण्याचं कारण म्हणजे, तुमच्या डिव्हिजनला

गेले काही दिवस चांगलाच प्रॉफिट दिसतोय. हे सगळं कसं काय शक्य झालं?'' सीएओंनी विचारले.

''साहेब, मी जास्त काही केलं नाही. फक्त सिस्टिम्समध्ये काही त्रुटी होत्या. जसे, मनुष्यबळाचा योग्य पद्धतीने वापर होत नव्हता, त्यामुळे अतिरिक्त मनुषयबळ लागत होते. बऱ्याच ठिकाणी तांत्रिक त्रुटी होत्या, त्यामुळे विजेवर जास्त खर्च होत होता. क्लोरिनच्या साठ्यासंदर्भात काही त्रुटी होत्या. त्या प्रत्येक त्रुटीवर मी टप्प्याटप्प्याने काम केलं. त्या दूर केल्या आणि मग आपल्याला जो रिझल्ट मिळतोय, तो तुम्ही पाहतच आहात.'' मी शांतपणे सर्व परिस्थिती त्यांना सांगितली.

''अहो पण, त्यामुळेच तर इतका चांगला प्रॉफिट आपल्याला मिळतोय ना? तुम्ही जर त्या त्रुटी शोधल्या नसत्या तर कदाचित चित्र वेगळं दिसलं असतं. त्यामुळे ह्याचं सर्व श्रेय तुमचंच आहे आणि आम्ही दोघेही तुमच्यावर खूप खूष आहोत.'' सीएओ म्हणाले.

''म्हणूनच आम्ही तुम्हाला काही सवलतीही देऊ इच्छितो. तुम्ही तुमच्या जर काही अडचणी असतील तर आम्हाला सांगा. आमच्या हातात जेवढं शक्य आहे, तेवढं आम्ही तुमच्यासाठी नक्की करू.'' सीईओ मधेच बोलत म्हणाले.

''साहेब, अडचणी तर आहेतच. आणि मीही असं म्हणेन, की तुम्हाला जे शक्य असेल आणि नैतिकतेमध्ये जे बसत असेल तेच करा.'' मी.

''बोला.. बोला..'' सीईओ.

''माझ्या फक्त तीन महत्त्वाच्या अडचणी आहेत, त्यामध्ये तुम्हाला काही मदत करता आली तर कृपया करा. एक म्हणजे, मी नौपाडा भागातल्या सोसायटीत ब्लॉक घेतलाय. तेव्हा मला एमआयडीसी कॉलनीतल्या सरकारी बंगल्यातून तिथे शिफ्ट व्हायची परवानगी मिळावी. दुसरी गोष्ट म्हणजे, मला अनेकदा कंपन्यांमधील मोठ्या अधिकाऱ्यांकडून लग्न समारंभ वगैरेंसाठी निमंत्रणं येतात. ही निमंत्रणं मला एमआयडीसीचा अधिकारी म्हणून येतात, प्रभाकर भिडे हा व्यक्ती म्हणून नाही. तेव्हा अशा समारंभांना जाण्यासाठी मला ऑफिसची गाडी वापरण्याची परवानगी असावी. आणि तिसरी गोष्ट म्हणजे, पगारवाढ. माझ्या पदासाठी डिपार्टमेंटमध्ये जो सर्वाधिक पगार असेल तो मला मिळावा.''

''ठीक आहे, पगार आणि घरासंबंधीच्या तुमच्या मागण्या लगेच मान्य करता येतील. गाडीसंदर्भात आम्ही तुम्हाला विचार करून कळवू. तुम्ही

डिपार्टमेंटसाठी जे करताहात ते पाहता डिपार्टमेंटने या गोष्टी तुम्हाला नक्कीच द्यायला हव्यात, असं मला वाटतं.'' सीईओंनी मला विश्वास दिला.

त्यानंतर थोड्याच दिवसांत माझ्या मागण्या मान्य झाल्या. गाडी वापरण्यासंबंधीची लेखी परवानगीही मला मिळाली. माझा पगारही वाढला. त्यामुळे आमच्या घरात आनंदी आनंद झाला.

ब्रॅडले जी. रिचर्डसन आपल्या 'टू मुव्ह अहेड अगेन, लर्न फ्रॉम करिअर सेटबॅक्स' या पुस्तकात लिहितो-

> *''आपल्या नोकरी व्यवसायातील अपयश म्हणजे न जुळलेले प्रेमप्रकरण होय. आपण आधीच्या चुकांमधून शिकलो नाही तर पुन्हापुन्हा त्याच चुका करत राहणार. पहिल्या नोकरीत केलेल्या-झालेल्या चुका आपण सुधारू शकलो नाही, तर पुढील नोकरीतही त्याच त्या चुका होण्याची शक्यता नाकारता येत नाही. अनेकांना पहिली नोकरी सोडण्याची इतकी घाई होते, की दुसरी नोकरी ते पट्कन स्वीकारतात. अनेकांची प्रेमप्रकरणे जवळून पाहिल्यास हीच गोष्ट तुम्हाला जाणवेल. धडपडणे चांगले, पण धडपडण्यातून आपण शिकलो नाही, तर मात्र आपला प्रवास एका अपयशाकडून दुसऱ्या अपयशाकडे चालू राहतो आणि ती गोष्ट योग्य नसते.''*

माणूस म्हटल्यानंतर चुका होणारच, पण त्यातून शिकणे आणि पुढच्या खेपेस त्या चुकांची पुनरावृत्ती टाळणे हे शहाणपणाचे लक्षण असते, असे मला वाटते. आपण जेव्हा मोठ्या पदांवर काम करत असतो, तेव्हा अशा वारंवारच्या चुकांना क्षमा नसते, सरकारी यंत्रणा सोडून. मी पाहिले आहे, सरकारी यंत्रणेत नुकसान, तोटा या गोष्टींची साधी कल्पनासुद्धा नसते. प्रत्येक खात्यामध्ये वस्तूंचे, वेळेचे, पैशाचे, संसाधनांचे नुकसान हे होतच असते. (काही चांगल्या अधिकाऱ्यांची कारकीर्द वगळता.) या बाबतीतले एक उदाहरण देतो.

> *श्री. ओम प्रकाश यांनी माहिती अधिकार कायद्यांतर्गत 'फूड कॉर्पोरेशन ऑफ इंडिया'ला काही प्रश्न विचारले, त्याद्वारे मिळालेल्या उत्तरावरून त्यांच्या असे लक्षात आले, की २००५ ते २०११ या कालावधीत भारतात विविध*

> *कारणांमुळे सुमारे १ लाख ९५ हजार मेट्रिक टन धान्य हे नष्ट झाले किंवा वाया गेले. भारतात पिकणाऱ्या फळे आणि भाजीपाल्यापैकी ४० टक्के म्हणजे दर वर्षाला सुमारे ८ अब्ज ३० कोटी डॉलर इतक्या किमतीची फळे आणि भाजीपाला ग्राहकापर्यंत पोहोचण्याआधीच खराब होतो. दर वर्षी सुमारे २ कोटी १ लाख टन गहू साठवणुकीची सुयोग्य व्यवस्था नसल्यामुळे, त्याकडे दुर्लक्ष केल्यामुळे खराब होऊन वाया जातो.*

ही आकडेवारी काय सांगते? हे खरेच आपले प्रश्न आहेत का? एक वेळ अशी होती की अन्नधान्याची आयात आपल्याला करावी लागली, मग आता जर तेवढे धान्य आपण स्वतः निर्माण करत असू, तर त्याच्या व्यवस्थापनाकडे गंभीरपणे पाहायला आपल्या सरकारकडे वेळ आणि पैसा या दोन्ही गोष्टी नाहीत? आपल्या राजकीय नेतृत्वाला आणि सरकारी अधिकाऱ्यांना त्या गोष्टींचे महत्त्व नाही का? अशा प्रश्नांची उत्तरे फक्त आपल्या मानसिकतेमध्ये दडलेली आहेत. आपल्या देशाची क्षमता-कार्यक्षमता अशा गोष्टींमुळे व्यर्थ जात आहे.

माझ्या कामगिरीचे चांगले फळ मला मिळाले. परंतु मी त्याने हुरळून गेलो नाही. एका बाजूला माझ्या कामात दिवसेंदिवस प्रगती होतच राहिली. असे सर्व व्यवस्थित चालू असताना काही विघ्नसंतोषी लोकांना तुमची प्रगती पाहवत नाही. वरिष्ठांनी माझी केलेली पगारवाढ, दिलेल्या सवलतींमुळे त्या लोकांच्यात चांगलीच चलबिचल सुरू झाली आणि इथूनच एका रामायणाचीही सुरुवात झाली.

एकदा माझे दोन उप अभियंते श्री. वडगुजर आणि श्री. मोरे हे माझ्याकडे आले.

''सर, तुमच्याबाबतीत सध्या काही तरी विचित्र सुरू आहे.'' वडगुजर.

''काही तरी सुरू आहे, म्हणजे काय?'' मी थोड्याशा कुतूहलाने विचारले.

''सर, एक पोलिस उपनिरीक्षक आणि काही अभियंते तुमच्या कामासंबंधी तपासणी करताहेत. चौकशा करताहेत.'' मोरेंनी माझी शंका लगेच दूर केली.

''होय सर. आणि त्यांच्याकडे तुमच्याबद्दल एक पत्रही आहे. त्या पत्रात तुमच्याविषयी बरेच आक्षेप नोंदवले आहेत.'' वडगुजरनी आणखी तपशील

दिला.

''पाहा सर. आम्हाला तुमच्याविषयी आदर आहे. तुमच्या प्रामाणिक कामाबद्दल आम्हाला पूर्ण खात्री आहे, पण काही विघ्नसंतोषी लोक आजूबाजूला असतील तर सावध राहायला हवं.'' मोरे.

अशाप्रकारे बोलणे झाल्यानंतर ते निघून गेले.

त्या वेळी लगेच मला त्या गोष्टींचा उलगडा झाला नाही, पण मीही फार विचार न करता माझ्या कामात गुंतून राहिलो. त्यानंतर दोन महिन्यांनी तो पोलिस उपनिरीक्षक माझ्याकडे आला.

''प्रभाकर भिडे, मला तुमची काही चौकशी करायची आहे.''

''माझी चौकशी! कशाबद्दल साहेब?''

''तुमच्यावर बरेचसे आक्षेप घेणारे एक पत्र आमच्याकडे आले होते. त्यासंदर्भात तुम्हाला काही प्रश्न करायचे आहेत.''

''विचारा ना साहेब. मला माहीत आहे, आजपर्यंत मी कोणतेही गैरव्यवहार, अपकृत्य वगैरे काहीही केलेले नाही. त्यामुळे तुमच्या प्रश्नांची मला कसलीही अडचण नाही. विचारा तुम्ही तुम्हाला काय विचारायचेय ते.''

''तशी आम्ही तुमच्याबद्दल आधी बरीच चौकशी-पाहणी केलेली आहे, त्यात आम्हाला काही आढळले नाही. उलट तुम्ही घेत असलेले निर्णय योग्यच असल्याचे आम्हाला कळून आलेय.''

''म्हणजे साहेब तुम्ही कोणत्या बाबतीत बोलताय, ते मला कळाले नाही.''

''डोंबिवली इंडस्ट्रियल एरियाच्या कारखान्यातून बाहेर पडणाऱ्या ॲसिडीक आणि अल्काईन एफ्युलन्टकरिता तुम्ही वेगळ्या प्रकारचे स्टोन वेअर पाइप्स बसवले आहेत. त्यात घालायचे जॉयंटिंग सिमेंट तुम्ही कॅश्युनट रेसिन या प्रकारचे वापरले आहे. जे महागडे आहे. त्याची चौकशी करण्यासाठी आम्ही त्याचे नमुने नागपूरच्या शासकीय प्रयोगशाळेत पाठवले. तेव्हा त्यांनी आम्हाला असे सांगितले, की तुम्ही घेतलेला निर्णय योग्य आहे. आणि अस्फाल्ट बेस सिमेंटऐवजी कॅश्युनट रेसिन सिमेंट हे महागडे असले तरी तेच वापरावे. त्यामुळे तुमच्यावरील त्या आक्षेपाला तसा काहीच अर्थ उरत नाही.''

''बरोबर आहे. मुळात मी माझ्या कामात दर्जाला महत्त्व देतो. अनेकदा पैसे जास्त गेलेत असे वरवर जरी चित्र दिसत असले तरी त्यामुळे दीर्घकालीन फायदा होत असतो. वास्तविक पाहता त्यामुळे तुमचा देखभाल दुरुस्तीवरचा

खर्च कमी होतो आणि शेवटी पैशाचे सारे गणित तिथेच येते. म्हणून मी किमतीपेक्षा दर्जात्मकतेवरच नेहमी भर देतो.''

''हं... पण भिडे या आक्षेपातून जरी तुमची सुटका झाली असली तरी आमच्या आणखी एका शंकेचं निराकरण तुम्ही करेपर्यंत तुम्हाला क्लिन-चिट देणं अवघड आहे.''

''कोणत्या?''

माझ्या प्रश्नावर त्यांनी शासकीय वाहन वापरण्यासंबंधीचे लॉग बुक माझ्यासमोर ठेवले.

''भिडे तुम्ही शासकीय वाहनांचा वापर तुमच्या खासगी कामांसाठी करता.''

''नाही साहेब. मी तसे करत नाही.''

तो उपनिरीक्षक माझ्या उत्तराने थोडा उत्साहात आला. माझा खोटेपणा पकडल्याचे भाव त्याच्या चेहऱ्यावर मी वाचत होतो. लॉग बुकवरील एका नोंदीवर बोट ठेवत तो म्हणाला, ''असं... मग हे काय आहे?''

त्या नोंदीत मी 'दादर येथे लग्नाकरता गेलो होतो.' असे नोंदवले होते.

''साहेब, हा माझ्यावरचा आरोप सिद्ध नाही होऊ शकत. कारण मी ज्या कारणासाठी गाडी वापरली आहे ते कारण स्पष्टपणे तिथे लिहिलेलं आहे. हां तुम्ही एक वेळ त्या कारणासाठी माझ्याकडून गाडीचे पैसे वसूल करू शकता. पण मी शासनाला फसवल्याचा गुन्हा मात्र नक्कीच केलेला नाही.''

त्यानंतर मी त्यांना अशा कारणांसाठी वाहन वापरण्याविषयीच्या परवानगीचे पत्र दाखवले. त्यानंतर मात्र ते काहीच बोलले नाही. माझ्यासोबत चहा घेऊन, थोड्याशा मनमोकळेपणाने गप्पा मारून ते निघून गेले.

या घटनेने मी आतून थोडासा हेलावून गेलो होतो. आजपर्यंत प्रामाणिकपणे काम केल्याचे आणि त्याचे फळ अशा तऱ्हेने मिळाल्याचे माझ्या मनाला खूप लागून राहिले. बऱ्याचदा नोकरी सोडावी, असाच विचार मनात येऊ लागला. मी वॉटर सप्लाय आणि ड्रेनेज या विभागाकडून एमआयडीसीला आलो होतो, पण एमआयडीसीमध्ये मला खूप वेगवेगळ्या गोष्टी शिकता आल्या. विशेषतः वेगवेगळ्या प्रकारच्या रस्त्यांची कामे. त्यातही खडीचे रस्ते, अस्फाल्टच्या रस्त्यांचे काम करण्याचे चांगलेच ज्ञान मला मिळाले. मला कल्याण-शील, ठाणे-बेलापूर, तारापूर इंडस्ट्रियल एरियाला जोडणारा १६ कि. मी.चा रस्ता असे रस्ते सुरुवातीपासून करण्याची संधी मिळाली. तारापूर इंडस्ट्रियल एरियातील रस्ते

तर मी अतिशय रेखीव व चांगले ग्रेड देऊन बनविले. त्याचे खूप कौतुक झाले. आमच्या प्रमुख अभियंत्यांनीही माझे कौतुक केले, परंतु ते मनापासून नव्हते. कारण जेव्हा माझी प्रमोशनची वेळ जवळ आली, तेव्हा त्यांनी सार्वजनिक आरोग्य खात्यातून एका वरिष्ठ अभियंत्याला डेप्युटेशनवर एमआयडीसीमध्ये आणले. प्रमुख अभियंत्यांनी अधीक्षक अभियंत्याची पोस्ट माझ्याऐवजी त्या व्यक्तीला दिली. ही गोष्ट मात्र माझ्या मनाला खूप लागली. माझ्या अनेक सहकाऱ्यांनी आणि हितचिंतकांनी त्यासाठी मंत्र्यांकडे जाण्याचा सल्ला दिला, पण मला ते पटले नाही. मी माझ्या पदाचा राजीनामा दिला आणि मुक्त झालो.

साने गुरुजींनी त्यांच्या भारतीय संस्कृती या पुस्तकात लिहिले आहे -

> *संध्येच्या वेळी आपण एक मंत्र म्हणतो. त्यात पुढील चरण आहे.*
>
> ***''सर्वेषामविरोधेन ब्रह्मकर्म समारभे।।''***
>
> *आता कोणाचाही विरोध नाही. आता मला माझे ब्रह्मकर्म आरंभू दे. सर्वांचा अविरोध. फार महत्त्वाचे आहेत हे शब्द. आधी कोठले ब्रह्मकर्म? आधी कोठली स्नानसंध्या? कोठले देवदेवतार्चन, कोठले जपतप? समाजात आधी सलोखा निर्माण करा, स्नेह निर्माण करा, मानवजातीतील विरोध दूर करा, कलह मिटवा, द्वेष-मत्सर नाहीसे करा. आणि मग तुमची ब्रह्मकर्मे आरंभा.*
>
> *हा अविरोध कसा निर्माण होईल, तर संयमाने.*

संयम महत्त्वाचा आहे. महात्मा गांधींनीही त्यांची प्रत्येक कृती संयमाने, विचाराने केली. म्हणूनच त्यांचे अनेक मार्ग हे सफलतेपर्यंत पोहोचले. मलाही संयमाच्या मार्गाने जायचे होते. म्हणून पुढे येणाऱ्या संभाव्य विरोधाला मी संयमाने मुरड घातली. मी सरकारी सेवेतून मुक्त झालो.

ते साल होते १९७९.

■

मुक्काम

मुंबई

मी एमआयडीसीतील नोकरी सोडली. त्यानंतर विश्रांतीसाठी मी ठाण्याहून चिंचवडला आलो. काही काम नसल्यामुळे इथे आल्यानंतर तीन दिवस मी फक्त डॉ. खाडिलकरांच्या हॉस्पिटल कम घरी फक्त संगीत ऐकण्यात घालवले. संगीताला माणसाच्या जीवनात खूप महत्त्व आहे. संगीताची ताकद माणसाच्या शारीरिक-मानसिक व्याधींवर एखाद्या औषधीसारखी परिणाम करणारी ठरते. डॉ. खाडिलकरांची आणि माझी तशी जुनी ओळख होती. मी एमआयडीसीचा कार्यकारी अभियंता असताना माझा मुलगा माधवला थोडे बरे वाटत नव्हते. तेव्हा मी डॉक्टर शोधत फिरलो होतो. एमआयडीसीमध्ये एम.बी.बी.एस असलेले कुणी डॉ. नव्हते. फिरत असताना एका चाळीवजा बैठ्या खोलीवर मला एक पाटी दिसली. 'डॉ. शिरीष खाडीलकर, एम.बी.बी.एस'. मी तिथे गेलो. तेव्हा कळले, डॉ. शिरीष या पुरुष नसून स्त्री आहेत. त्यांनी माधवला तपासले, औषध दिले.

मी त्यांना विचारले,

''डॉक्टर, तुम्ही इतक्या लहान जागेत राहता आणि प्रॅक्टिस कशी काय करता?''

माझ्या या बोलण्याचा त्यांना त्या वेळी राग आला.

त्या म्हणाल्या, ''एवढ्याशा पैशांत याच्यापेक्षा मोठी जागा मिळत नाही.'' हे अगदी त्यांनी मला ठणकावूनच सांगितले.

मी गपचूप परतलो. त्यानंतर एक विलक्षण योगायोग घडून आला होता. एमआयडीसीचे एरिया मॅनेजर माझ्याकडे आले.

''सर, पुणे-मुंबई रस्त्यावर फ्रंटला एमआयडीसीची जमीन नाही, पण चिंचवड स्टेशनच्या समोर फक्त दहा हजार चौरस फुटांची जमीन आपल्या ताब्यात आहे. ती आपण सोडून देऊ.''

''सोडून देऊ. नको नको. सोडायची कशाला? तिथं काही तरी करता येईल.''

''पण काय करायचं सर?''

तेवढ्यात माझ्या डोक्यात डॉ. खाडिलकरांविषयी आले.

''अहो, ती जागा आपण डॉ. खाडिलकर यांना हॉस्पिटलसाठी देऊ. त्या चांगल्या डॉक्टर आहेत. आणि इथे जवळपास कुठला दवाखानाही नाहीये.''

''हां सर. हे चांगलं होईल!''

''ठीक आहे, मग त्याप्रमाणे चार हजार रुपयांची अर्धी रक्कम करून अग्रिमेंट करून घ्या आणि हेड ऑफिसला मंजुरीसाठी पाठवून द्या.''

''ठीक आहे सर.''

असे म्हणून ते एरिया मॅनेजर निघून गेले. त्यानंतर काही दिवसांतच ते पुन्हा माझ्याकडे आले.

''सर, हेड ऑफिसने ते डॉ. खाडिलकरांच्या हॉस्पिटलसाठीचं ॲग्रिमेंट नामंजूर केलंय.''

''नामंजूर केलं. का? कारण काय सांगितलं?''

''ते म्हणतात, की 'एमआयडीसी' फक्त उद्योगांना जागा देऊ शकते.''

त्यांच्या या बोलण्यावर माझ्याकडे काहीच पर्याय नव्हता.

मी त्यांना म्हणालो, ''ठीक आहे. तूर्तास जा तुम्ही. यावर काही मार्ग निघतो का पाहतो मी.''

त्यानंतर मी विचार केला. काही दिवसांनी एमआयडीसीच्या सीईओंना भेटायला गेलो.

''प्रभाकर, या या. बसा. काय काम काढलंत?''

''काही विशेष नाही साहेब. ते डॉ. खाडिलकरांच्या जागेसंबंधीच भेटायला आलो होतो.''

''ते होणार नाही प्रभाकर. नियमात बसत नाही.''

''साहेब, यापूर्वी आपण डिव्हिजन पुण्याहून चिंचवडला हालवली. आज त्या डिव्हिजनचे तीन बंगले आणि वीस घरं आहेत. तीन बंगल्यांपैकी एक बंगला कार्यकारी अभियंत्याकरता, तर दोन बंगले उपअभियंत्यां करता आहेत. वीस घरांपैकी चौदा घरं तृतीय वर्गाच्या कर्मचाऱ्यांसाठी आणि चार घरं ड्रायव्हर आणि शिपाई यांच्यासाठी आहेत. एवढ्या सर्व लोकांची कुटुंबं तिथं आहेत, परंतु त्यांच्यासाठी कोणत्याही प्रकारची वैद्यकीय सेवासुविधा जवळपास उपलब्ध नाही. शिवाय एमआयडीसीमध्येही काही अपघात वगैरे घडल्यास तातडीच्या उपाय योजनेसाठी जवळपास हॉस्पिटल उपलब्ध नाही. तेव्हा डॉ. शिरीष खाडिलकरांच्या दवाखान्यासाठी तुम्ही तो दहा हजार चौरस फुटांचा प्लॉट मंजूर करावा.''

''हं... तुम्ही म्हणता ते बरोबर आहे. पण नियमांचं काय करायचं?''

''साहेब तुम्हीच यातून काही तरी मार्ग काढू शकता. या सर्व लोकांच्या हितासाठी तेवढं तुम्ही करा. माझी तुम्हाला विनंती आहे.''

''ठीक आहे, बघतो मी.''

सीईओंनी मला आश्वासन दिले आणि मी निर्धास्त होऊन तिथून निघालो. त्यानंतर थोड्याच दिवसांत सीईओंनी नियमात बदल करून ती जागा डॉ. खाडिलकरांना मंजूर केली. डॉ. खाडिलकरांनी तिथे एक इमारत उभी केली. त्यात खाली मॅटर्निटी होम आणि वर राहण्याची सोय केलेली होती. या हॉस्पिटलमुळे चिंचवडच्या लोकांना मॅटर्निटी होमची व्यवस्था झाली. ही साधारणतः १९६९ सालची गोष्ट होती. डॉ. खाडिलकरांना हॉस्पिटलसाठी जागा मिळवून दिल्याने मी दोन चांगल्या गोष्टी साध्य केल्या होत्या. माझी बाजू रास्त असल्यामुळे वरिष्ठांनीही त्याला संमती दिली होती.

ईव्ह आर्डन यांचे यासंबंधीचे विचार मला इथे मांडावेसे वाटतात-

> *''तुम्ही किती बेकायदेशीर वागता, किती कायदेशीर वागता हे तुमच्या चेहऱ्यावरूनच कळते. तुमच्या फोटोतील तुमचा चेहरा वेगळा दिसत असेल आणि प्रत्यक्षात तुमचा चेहरा वेगळा दिसत असेल तर तुमची छायाचित्रे वॉशिंग्टनच्या प्रसिद्ध एफ.बी.आय.कडे पाठवून तुमची खरी ओळख जगापुढे आणता येते. तुम्ही प्रामाणिकपणे वागत असाल तर तुम्हाला एफ.बी.आय.ची काळजी करण्याचे बिलकूल कारण नसते.''*

एमआयडीसीची नोकरी सोडल्यानंतर आणि चिंचवडमध्ये तीन दिवस विश्रांती घेतल्यानंतर मी पुन्हा ठाण्याला परतलो. तेव्हा आम्ही सगळे खूप चिंतेत होतो. नोकरीनंतर काय करायचे, ही ती चिंता. परंतु अक्षरशः दुसराच दिवस आमच्यासाठी आनंदाचा उगवला. 'के. के. डाईंग ॲण्ड प्रिंटिंग मिल्स प्रा. लि.' या कंपनीच्या संचालकांकडून मला फोन आला. त्यांनी मला दुसऱ्या दिवशी सकाळी आठ वाजता त्यांच्या कार्यालयात भेटण्यासाठी बोलावले. त्यांचे ऑफिस फोर्ट इथे होते. दुसऱ्या दिवशी ठरलेल्या वेळेप्रमाणे मी तिथे गेलो.

फोर्टमधील त्यांचे ऑफिस अगदी दिमाखदार होते. सरकारी ऑफिसेसची कार्यालये आणि खाजगी ऑफिसेसची कार्यालये यांच्यात जमीन अस्मानचा फरक असतो. मनात आले, आता इथून पुढे हेच आपले विश्व बनणार तर!

मी त्या आलिशान ऑफिसमध्ये बसलो होतो. माझ्या मनात विचारांचे काहूर माजले होते. सुमारे पंधरा वर्षांच्या सरकारी नोकरीनंतर मी खाजगी क्षेत्रातील संधीकडे वळलो होतो. दोन्हीकडील कामांची उद्दिष्टे संपूर्णतः दोन टोकांची होती. सरकारी कामे ही लोकहित नजरेसमोर ठेवून आखलेली असतात, तर खाजगी क्षेत्रातील कामे ही फक्त नफ्याचे उद्दिष्ट नजरेसमोर ठेवून आखली जातात. जर नफा होत नसेल तर ती कंपनी बंद केली जाते. यापुढे माझ्या कौशल्याचा-हुशारीचा उपयोग सर्वसामान्यांसाठी होणार नव्हता, तर धनदांडग्यांच्या नफ्यासाठी होणार, असे काहीसे विचार माझ्या मनात येत होते. त्याच वेळी माझ्या मनात एक विचार चमकला. जेव्हा देश पारतंत्र्यात होता, तेव्हा जमशेदजी टाटा यांनी देशात पोलाद निर्मितीची कंपनी स्थापन केली. जागतिक स्तरावर या गोष्टीला महत्त्व होते. भारताचे औद्योगिक क्रांतीच्या दिशेने पडलेले ते पहिले ठोस पाऊल होते. महात्मा गांधींसारख्यांनीही त्याची स्तुती केली होती. असे असेल तर खाजगी क्षेत्र हे फक्त नफा कमावणारेच क्षेत्र कसे असू शकेल? देशाच्या हिताच्या कोणतीच दृष्टी त्यात असत नाही का? असेही विचार माझ्या मनात आले.

''जोडुनिया धन उत्तम व्यवहारें।
उदार विचारें खर्च करी।।

तुकाराम महाराजही धन मिळवू नका, असे सांगत नाहीत; परंतु धन उत्तम व्यवहाराने जोडा आणि ते जोडलेले धन विवेकाने व उदारपणाने खर्च करा असेही ते सांगतात. आजची कॉर्पोरेट कंपन्यांच्या दानशूरतेची परंपराही काही कमी नाही. (अर्थात ठरावीक ब्रँडबाबतच हे चित्र आहे.) टाटा, इन्फोसिस, विप्रो, लुपिन अशा काही कंपन्यांनी 'कॉर्पोरेट सोशल रिस्पॉन्सिबिलिटी'मध्ये

चांगल्या कामांचा आदर्श घालून दिलेला आहे. डॉ. ए. पी. जे. अब्दुल कलामही कॉर्पोरेट कंपन्यांवरील विश्वास व्यक्त करताना आपल्या 'परिवर्तनाचा जाहीरनामा' या पुस्तकात लिहितात-

> *''भारतातील ग्रामीण भागाचे परिवर्तन घडवून आणण्याचे काम हे महाप्रचंड आहे. ते पार पडणे कदाचित एकट्या सरकारला जमणार नाही. त्यासाठी मोठमोठ्या कॉर्पोरेट कंपन्यांची मदत घ्यावयास हरकत नाही. गावे दत्तक घेणाऱ्या आणि गावात पावसाचे पाणी साठवणे, बंधारे बांधणे, तसेच शेततळ्यांसारखी विकासकामे करणाऱ्या कॉर्पोरेट कंपन्यांना त्यांनी केलेल्या खर्चावर सरकार कर सवलत देऊ शकते. कॉर्पोरेट कंपन्यांव्यतिरिक्त सामाजिक दृष्टिकोन बाळगणाऱ्या उद्योगांना कर सवलत देण्यासाठी त्यांना प्रोत्साहन देऊ शकते. त्याचप्रमाणे ग्रामीण भागात दूरसंपर्काद्वारे औषधोपचार, आजाराचे निदान करणाऱ्या फिरत्या प्रयोगशाळा व फिरते दवाखाने या योजनेला सरकार पाठिंबा देऊ शकते. सुपर स्पेशॅलिटी इस्पितळे व जिल्हा रुग्णालये अशा फिरत्या व्हॅनशी जोडली जाऊ शकतात. सरकार व खासगी क्षेत्रातील समाजप्रेमी उद्योग गावांचा शाश्वत विकास एकत्रितपणे करू शकतील.''*

कॉर्पोरेट क्षेत्रही देशाची सेवा करू शकते, करते आहे. मी जेव्हा खाजगी क्षेत्राकडे वळण्याचा विचार करत होतो, तेव्हा या गोष्टी माझ्या मनात येत होत्या. स्वस्थ बसण्यापेक्षा काम करत राहणेही माझ्यासाठी महत्त्वाचे होते. मी जर माझ्या कुटुंबाचा विचारच नीट करू शकत नसेन, तर देशाचा विचार खोलवर जाऊन करण्याचा प्रश्न नव्हता. त्यामुळे खूप विचारपूर्वक मी खाजगी क्षेत्राकडे वळण्याचा निर्णय पक्का केला होता. इथे मला माझ्या हुशारीला, कौशल्याला मोकळे अवकाश मिळण्याची शक्यता होती. त्यामुळे काहीशा उत्साही आणि काहीशा विमनस्क अवस्थेतच मी होतो. ते द्वंद्व कधी संपणार, हे मात्र मला माहीत नव्हते. ती गोष्ट मी काळावरच सोपवली होती.

''वेलकम मि. प्रभाकर भिडे. गुडमॉर्निंग, बसा.''

'गुड मॉर्निंग सर.''

''मि. भिडे, आम्ही पॉलिस्टर कपड्याच्या डाईंग आणि प्रोसेसिंगसाठी एक

युनिट सुरू करणार आहोत. अहमदाबादची 'एसएमपीएस' ही कंपनी सल्लागार आणि आर्किटेक्चरचे काम पाहतेय. त्यांचा एक सुपरवायझर त्यावर लक्ष ठेवून असणार आहे. ते लोक मशिनरींची निवड करून आपल्याला कळवणार आहेत.''

कंपनीचे संचालकांनी कंपनीविषयीची अशी बरीचशी माहिती मला सांगितली. मी त्यांचे सारे ऐकून घेतले. मी त्यांना म्हणालो,

''सर, जर ते लोक सर्वच काम पाहणार असतील, तर मी नक्की करायचे काय?''

''तुम्ही फक्त आमच्या वतीने ही सर्व कामे व्यवस्थितरीत्या पार पडताहेत की नाही ते पाहायचे. एक दिवस तुम्ही तारापूर इथले सुरू असलेले बांधकाम पाहायला जा. त्यासाठी तुम्हाला गाडीची व्यवस्था केली जाईल आणि एक दिवस ऑफिसमध्ये येऊन सर्व कामांचा व्यवस्थित आढावा घ्या. एवढेच.''

''म्हणजे मला आठवड्याचे दोन दिवस तुमच्यासाठी द्यावे लागणार आहेत.''

''होय.''

''ठीक आहे सर. मी करेन.''

मी त्यांना शब्द दिला आणि घरी परतलो. पूर्ण आठवडा निवांत बसण्यापेक्षा माझ्याकडे आता दोन दिवसाचे काम होते. त्याप्रमाणे मी ते काम करू लागलो. माझ्या नेहमीच्या कामाच्या सवयीप्रमाणे आधी मी सर्व कामे व्यवस्थित समजावून घेतली. तारापूर येथे साईटवर मोजमापे घेऊन खोदकाम सुरू होते. ज्या 'एसएमपीएस' कंपनीकडे देखरेखीचे काम होते, त्यांचा इंजिनिअर सुपरव्हिजनसाठी चोवीस तास साईटवर असायचा. मी तिथे गेल्यानंतर साईटची सर्व ड्रॉईंग व्यवस्थित बघितली. त्यावरून माझ्या असे लक्षात आले, की युनिटच्या शेडचे बांधकाम हे कॉंक्रिट फ्रेम ऐवजी लोड बिअरिंग वॉलचे बनविण्याचे ठरविले होते. तसेच खोदकामाचे निरीक्षण करताना आणखी एक गोष्ट आढळली, ती म्हणजे जवळ जवळ वीस फुट खोलीपर्यंत फक्त मातीच होती. मुरूम वीस फुटाखाली होता. त्या दोन गोष्टींनी मी चक्रावूनच गेलो. मी कंपनीच्या संचालकांची भेट घेतली.

''साहेब, मला साईटवर पाहणी करताना काही गंभीर गोष्टी आढळून आल्या आहेत. त्यावर तातडीने काही तरी मार्ग काढण्याची गरज आहे.''

''काय झालं असं?''

''एक म्हणजे खोदकाम सुरू झालंय आणि मुरूम जवळ जवळ वीस फूट

खाली लागल्याचं निदर्शनास आलं आहे. दुसरी गोष्ट म्हणजे, एवढ्या मोठ्या युनिटचं शेड हे लोड बेअरिंग वॉलचं असणार आहे. खाली फक्त माती असताना लोड बिअरिंग वॉलचे काम अतिशय महागडे आणि धोकादायक आहे.''

''काय म्हणता काय? हे कसं शक्य आहे. खरं तर एसएमपीएस ही काही साधी कंपनी नाहीये. ती तशी चांगलीच नावाजलेली कंपनी आहे. त्यांचा सुपरवायजर या साऱ्या गोष्टींवर लक्ष ठेवून आहेच ना!''

''तुम्ही म्हणता ते बरोबर आहे सर, पण साईट इंजिनिअरने फाउंडेशन करता स्ट्राटा (strata) कसा आहे, हे बहुधा सांगितले नसावे.''

आमचे त्या विषयावर सविस्तर बोलणे झाल्यानंतर संचालकांनी एसएमपीएस कंपनीच्या अहमदाबादमधील मुख्य कार्यालयाला फोन करून सर्व गोष्टी सांगितल्या. त्यानंतर त्यांचा इंजिनिअर पार्टनर आला. त्याने पाहणी करून सर्व काम थांबविले. शिवाय सर्व स्ट्रक्चरल डिझाईन अहमदाबादहून नव्याने करून पाठविली. त्याने असेही सांगितले, की यापुढे प्रभाकर भिडे जे काही बदल - दुरुस्त्या सांगतील, ती आम्हास मान्य असतील. त्यांच्या सांगण्यानुसार आम्ही सर्व ड्रॉईंग वेळोवेळी दुरुस्तही करून देऊ. त्यानंतर मी त्या सर्व कामांवर व्यवस्थित लक्ष ठेवून राहिलो. तसेच मी ज्या दुरुस्त्या सांगितल्या त्यामुळे कंपनीचे जवळपास पाच लाख रुपयांच्या आसपास पैसे वाचले. शिवाय या सर्व गोष्टींमुळे कंपनीचा माझ्यावरचा विश्वास दृढ झाला.

तुम्ही कुठेही काम करा, ते काम प्रामाणिकपणे, चिकाटीने, हुशारीने, मेहनतीने, सृजनशीलतेने करायला हवे. तुमच्यातील असे गुण तुमच्या नेतृत्वाला हवे असतात. त्या गुणांचा योग्य वापर तुम्ही केलात तर तुमचे कंपनीमधील स्थान बळकट होत जाते. 'रॅपोर्ट कम्युनिकेशन्स'चे अध्यक्ष स्टीफन सी राफे अशाच प्रकारचा सल्ला देतात-

> *''तुम्ही एकमेवाद्वितीय असल्यामुळे, तुमच्यामध्ये विशेष अशी कौशल्ये असल्यामुळे तुमच्या नेतृत्वाने तुमची नेमणूक केलेली असते. संस्थेची उद्दिष्टे आपण पूर्ण करू शकाल या विश्वासाने ही नेमणूक केलेली असते. तुमची काम करण्याची एक शैली असते. ही शैली हा तुमच्या जीवनाचा अविभाज्य भाग झालेली असते. जोपर्यंत ही शैली तुमच्या संघटनेच्या व तुमच्या सभासदांच्याही गरजा पूर्ण करू शकते- तोपर्यंत तुम्ही यशाचे धनी असता.''*

निवडलेले क्षेत्र मला नवे होते, पण यश मात्र मला नक्कीच नवीन नव्हते. माझा आधीचा अनुभव माझ्या कामी येत होता.

कंपनीच्या ऑफिसमध्ये मी एक पर्ट (pert) चार्ट बनवून दिला. मशिनरी केव्हा मागवायची, इलेक्ट्रिकलसंबंधीची कामे कधी करायची, ट्रान्स्फॉर्मरची ऑर्डर केव्हा द्यायची, बॉयलरची ऑर्डर कधी द्यायची, स्ट्रीम पाइपिंगची कामे कधी करायची, अशी बरीच कामे कधी करावयाची यासंबंधी तो चार्ट उत्तम निदर्शक ठरतो. त्याप्रमाणे त्याचा उपयोग झालाही. आणखी एक गोष्ट होती, ती म्हणजे बांधकाम पुरे होत असतानाच मशीनरी फाउंडेशन तयार करायचे होते. संचालकांना याविषयी काहीच माहिती नव्हती; परंतु मी ती सर्व कामे नियोजनपूर्वक करून घेतली. त्यामुळे वर्षाच्या आत युनिटची उभारणी होऊन प्रॉडक्शन सुरू झाले. माझ्या कामावर कंपनीचे संचालक, तिथले कर्मचारी सारे खूष झाले होते. मलाही अशा प्रकारचे गुंतागुंतीचे प्रकल्प कसे मार्गी लावायचे याचा चांगलाच अनुभव आला. त्यामुळे मला कामाचा आनंद मिळाला.

...पण कंपनीसाठी मी जी काही कामे केली आणि त्यामुळे कंपनीचे प्रॉडक्शन वर्षभरात सुरू झाले, ती गोष्ट साधी नव्हती. त्यामुळे कॉर्पोरेट क्षेत्रात माझ्या नावाचा चांगलाच बोलबोला झाला.

'के. के. डाईंग अॅण्ड प्रोसेसिंग' सोबत मी आठवड्याचे दोन दिवस काम करत असे. उरलेल्या दिवसांपैकी दोन दिवस रिकॅन्डो (Recando) या कंपनीबरोबर काम करत असे आणि दोन दिवस श्री. शहा यांच्यासोबत काम करत असे. या कामांमधून मला चांगले पैसे मिळत होते. कधी नव्हे ते सर्व खर्च वजा जाता महिन्याकाठी दहा हजार रुपयांच्या आसपास शिल्लक राहू लागली. या सर्व गोष्टींमुळे सल्लागाराच्या कामासंबंधीचा माझा आत्मविश्वास वाढला.

के. के. डाईंगमध्ये प्रॉडक्शन सुरू झाल्यानंतर मी कंपनीच्या संचालकांना माझ्या निरोपाच्या पत्रासह भेटलो.

''साहेब, आता कंपनीचे काम व्यवस्थित सुरू झाले आहे. माझे कामही संपले आहे. त्यामुळे मी आता थांबतो.''

''अरे व्वा, असा कसा निर्णय घेतलात तुम्ही? आम्हाला वाटतं तुम्ही अजून सहा महिने थांबावं. आम्हाला तुमची अजून गरज आहे. शिवाय कंपनी आता कुठं सुरू झालीय. त्यात पुढे काय अडचणी येतात वगैरे कुठे माहीत आहे. त्यामुळे तुम्ही तुमचा निर्णय बदला.''

''पण साहेब, मला नाही वाटत तशी गरज पडेल म्हणून...''

''ठीक आहे. पण तरीही मी म्हणतो म्हणून तुम्ही थांबा.''

''पण साहेब, तुमची कंपनी ही कापड उद्योगातली आणि मला तर या उद्योगातलं विशेष असं काहीच माहीत नाही. त्यामुळे माझा तुम्हाला उपयोग होईल असं वाटत नाही.'' मी त्यांना समजावून सांगू लागलो.

''नाही.. नाही. ते काही माहीत नाही. भले तुम्ही कापड उद्योगाशी संबंधित नसाल, परंतु तुम्ही प्रमुख व्यवस्थापकाची जबाबदारी मात्र निश्चितच उत्तम प्रकारे पार पाडू शकता. त्यासाठी तरी तुम्ही आम्हाला सीईओ म्हणून हवे आहातच.''

संचालकांनी मला खूपच आग्रह केला. त्यामुळे माझा नाइलाज झाला. अर्थात तोपर्यंत कंपनी चालू होऊन सहा महिने झाले होते. आणि कंपनीला खूप तोटा सहन करावा लागत होता. कदाचित म्हणूनच त्यांनी मला कंपनीचा कारभार सोपवण्याचा निर्णय घेतला असावा, असे वाटत होते. एका अर्थी, माझ्यासाठी सुद्धा ते एक चॅलेंज होते आणि मीही मग ते स्वीकारले. माझ्या तेव्हाच्या सकारात्मक वृत्तीचे त्यांनी कौतुक केले. तुम्ही समोर असलेल्या कोणत्याही संधीकडे सकारात्मकतेने पाहिले पाहिजे.

किरण बेदींचे उदाहरण म्हणजे सकारात्मकतेचा मेरू पर्वतच म्हणावा लागेल. राजकीय हस्तक्षेपामुळे किरण बेदींची वारंवार बदली व्हायची; परंतु कुठेही गेल्या तरी त्या तिथल्या कामाकडे सकारात्मकतेने पाहायच्या. आपल्या कर्तृत्वाने आपण बदल घडवू शकतो, यावर त्यांचा ठाम विश्वास होता. त्यांची खरी कसोटी तेव्हा लागली, जेव्हा त्यांची बदली तिहार तुरुंगात केली गेली. ती नियुक्ती त्यांच्यासाठी शिक्षा समजली जात होती. तिहार हा तेव्हा भारतातला सर्वांत कुप्रसिद्ध असा तुरुंग होता. एक प्रकारचा नरकच होता तो. तिथले प्रशासन भ्रष्टाचारात माखलेले होते. माफिया कैद्यांचे उद्योग राजरोस सुरू असायचे. कच्च्या कैद्यांच्या अनन्वित छळांना परिसीमाच नसायची. गलिच्छ, अस्वच्छ, कुप्रशासित अशा त्या नरकाची जबाबदारी किरण बेदींनी सकारात्मकतेने स्वीकारली. त्यांनी तिहारमध्ये शिस्तीचे राज्य आणले. तिथे व्यसनमुक्ती केंद्र, प्रशिक्षण केंद्र, बँक, शाळा, ग्रंथालये, योग वर्ग सुरू केले. या सर्वांचा परिणाम हळूहळू होऊ लागला. कच्च्या कैद्यांपासून अट्टल-कुख्यात गुन्हेगारांचेही त्यामुळे परिवर्तन झाले. त्या नरकासमान जेलचे

रूपांतर उत्तम अशा आश्रमात झाले. जणू काही चमत्कार व्हावा असे. किरण बेदींच्या या कार्याचा गौरव आंतरराष्ट्रीय स्तरावर झाला. त्यांना 'मॅगसेसे पुरस्कारा'ने सन्मानित करण्यात आले. हा विजय किरण बेदींचा होता. त्यांच्यातील सकारात्मकतेचा होता.

आजच्या तरुण पिढीपुढे किरण बेदींसारखी उदाहरणे ठेवणे महत्त्वाचे आहे. बरीचशी तरुण पिढी ही नकारात्मकतेत बुडाली आहे. आपल्याकडे संसाधनांची वानवा असेल तर आपल्यातील बुद्धी-कौशल्याला वाव मिळू शकत नाही, ही नकारात्मकता त्यांच्यातून घालवली तर भारतीय तरुण खूप काही करू शकतात. एक चिनी म्हण आहे-

''मला सांगा, माझ्या तासभर लक्षात राहील. मला दाखवा, माझ्या दिवसभर लक्षात राहील. मला करू द्यात, माझ्या जन्मभर लक्षात राहील.''

तुम्ही तुमच्यात असणाऱ्या कौशल्याचा वापर करायला हवा. तुमच्याकडे असणाऱ्या कौशल्यावर, बुद्धीवर तुम्ही जोपर्यंत प्रयोग करत नाही, तोपर्यंत तुम्ही त्याबद्दल कोणताही निष्कर्ष काढता कामा नये.

के. के. डाईंगच्या सीईओची जबाबदारी स्वीकारल्यानंतर मी त्या वेळी माझ्याकडे असलेली इतर कन्सल्टिंगची कामे बंद केली आणि पूर्णवेळ के. के. डाईंगसाठी काम करू लागलो. माझ्यापुढे पहिले आव्हान होते ते के. के. डाईंगचा तोटा कमी करण्याचे. त्यासाठी मी डाईंग आणि प्रोसेसिंगसंबंधी व्यवस्थित माहिती करून घेतली. पॉलिस्टर कापड कसे बनते, ते समजून घेतले. पॉलिस्टरचे कापड बनताना पॉलिस्टरचा धागा आणि कॉटनचा धागा वापरला जातो. कोणत्या प्रकारचे सूत किती वापरले, त्यावरून कापडावर तसा शिक्का मारला जातो. कापड मागावर बनते. ते कापड व्यापारी खरेदी करतात आणि पुढील प्रोसेसिंगसाठी प्रोसेसिंग हाउसकडे कापड पाठवून देतात, अशी ती पद्धत.

सूत रंगवण्याच्या प्रोसेसमध्ये कॉटनचा धागा आणि पॉलिस्टरचा धागा वेगवेगळा रंगवला जातो. कॉटनचा धागा ज्या मशिनमध्ये रंगतो तिला 'जिगर' म्हणतात, तर पॉलिस्टर रंगवणाऱ्या मशिनला 'जेट डाईंग' म्हणतात. दोन्ही धाग्यांना रंगही वेगवेगळ्या प्रकारचे लागतात. त्या रंग (डाईज) बनविणाऱ्या

कंपन्यांमध्ये सँडोज, कलरकेम, अमर डाय, आयडीआय अशा काही कंपन्या होत्या. मी या सर्व गोष्टींची सविस्तर माहिती घेतली, पण मला तोटा होण्यामागचे कारण काही केल्या सापडत नव्हते.

त्याच वेळी एक चांगली संधी चालून आली. इटलीत एक टेक्स्टाईल उद्योगासंबंधीचे प्रदर्शन भरले होते. मी ते प्रदर्शन पाहायला गेलो. तिथे प्रोसेसिंगची नवी मशिनरी व नवनव्या सुविधा पाहायला मिळाल्या. मी त्या संबंधीची जितकी माहिती गोळा करता येईल तेवढी माहिती गोळा केली. त्यामुळे मला आमच्या कंपनीतील तोटा होण्यामागच्या त्रुटी लक्षात आल्या. तसे पाहिले तर आमच्या ज्या मशिनरी होत्या त्या युरोपियन मशिनरींसारख्याच होत्या. त्यामुळे भारतीय मशिनरीचे कार्य आणि युरोपियन मशिनरीचे कार्य यात विशेष असा फरक नव्हता. फक्त युरोपियन मशिनरीज ह्या ऑटोमॅटिक होत्या.

आधी सांगितल्याप्रमाणे डाईंग प्रोसेसमध्ये दोन प्रकारच्या धाग्यांना रंगवण्याची प्रक्रिया पार पाडावी लागते. एक सुती धागा आणि दुसरा पॉलिस्टर धागा. सुती धागा रंगवणाऱ्या मशिनरीज म्हणजे 'जिगर'मध्ये २० मीटरचे रोल रंगवण्याची मर्यादा होती. तर पॉलिस्टर धागा रंगवणाऱ्या जेट डाईंग मशिनरीज ह्या ऑटोमॅटिक तर होत्याच शिवाय त्यात १६० मीटरचा लॉट अर्ध्या तासात रंगवून निघे. त्यामुळे एकीकडे पॉलिस्टरचा १६० मीटरचा लॉट अर्ध्या तासात तयार होई आणि दुसरीकडे मात्र सुती धाग्याचे लॉट जिगरमधून बाहेर पडायला जवळपास दोन तासही लागत. तोपर्यंत बाकीची सर्व प्रोसेस थांबून असे. आणि हेच ते कारण होते, ज्यामुळे कंपनीला तोटा होत होता.

सुती धाग्याचा रंग देताना प्रत्येक रंगासाठी वेगवेगळे तापमान लागते. म्हणजे एखादा रंग जर अमुक तापमानाला चांगला बसत असेल, तर दुसरा त्याच्यापेक्षा जास्त तापमानाला चांगला बसेल. ते तापमान मिळवण्यासाठी भारतीय जिगर मशिनरीच्या पाण्यात स्टीम पाईप सोडली जात असे. त्यामुळे ते पाणी बऱ्याचदा उकळत असे. मी इटलीत पाहिले होते, की त्यांच्याकडच्या मशिनरीजमधील पाण्याचे तापमान हे ऑटोमॅटिक यंत्रणा बसवून नियंत्रित केले जात असे. त्यामुळे १० ते ३० मिनिटांमध्ये लॉट रंगवून मिळे. तशीच स्वयंचलित यंत्रणा मी के. के. डाईंगच्या मशिनरीजना बसवण्याचे ठरवले. त्यासाठी मला फार कष्ट पडले नाहीत. माझा मुलगा माधव याची मला त्यासाठी मदत झाली. तो पुण्याहून इलेक्ट्रॉनिक्स ॲण्ड टेलिकम्युनिकेशन करून आला होता. त्याने टेम्परेचर कंट्रोलर विथ सेन्सर बनविला. तसेच श्री. कावळे नावाचे एक गृहस्थ होते. त्यांनी एम.एस. करून इंडस्ट्री सुरू केली होती. त्यांनी सोलोनॉईड वॉल्व्ह

बनवून दिले. त्यामुळे ज्या जिगरमधून लॉट बाहेर पडायला दोन तास जात होते, तिथे तो लॉट अर्ध्या तासातच मिळू लागला. त्यामुळे थांबून राहणारी यंत्रणा पहिल्यापेक्षा जास्त वेळ सुरू राहू लागली. परिणामी कंपनीची कार्यक्षमता वाढली. दरम्यानच्या काळात श्री. चक्रवर्ती नावाचे एक चांगले मॅनेजरही कंपनीत रुजू झाले. त्यांनीही कंपनीचे प्रॉडक्शन वाढण्यासाठी मेहनत घेतली. अशा प्रकारे एकूण सर्व गोष्टीची परिणिती म्हणून कंपनीचे प्रॉडक्शन वाढले. आम्ही कंपनीचा पहिल्या सहा महिन्यात झालेला तोटा तर भरून काढलाच शिवाय पहिल्याच वर्षी कंपनीला सत्तर लाखाचा नफाही झाला.

पहिले सहा महिने तोट्यात जाणारी कंपनी उर्वरित सहा महिन्यांत फायद्यात आल्याने कंपनी संचालकांचा माझ्यावरील विश्वास आणखीनच बळावला. त्यांनी मला कंपनीचा संचालक म्हणून कायमचे रुजू करून घेतले. तो दिवस माझ्यासाठी खूप काही मिळवल्याचा आनंद देणारा होता.

के. के. डाईंगमध्ये मी हळूहळू चांगलाच रुळू लागलो होतो. कंपनी मॅनेजमेंटचेही प्रोत्साहन मला मिळत होते. त्यामुळे कंपनीच्या हिताच्या अनेक गोष्टींमध्ये मी जातीने लक्ष घालत होतो.

'के. के. डाईंग अ‍ॅण्ड प्रिंटिंग मिल्स प्रा. लि.' ही कंपनी 'किदारनाथ किशनचंद प्रा. लि.'ची सबसिडरी होती. म्हणजेच दोन्ही कंपन्यांचे संचालक हे एकच होते. के. के. प्रा. लि.चे मॅनेजिंग डायरेक्टर हे आर. एस. मेहरा होते. ते मूळचे पंजाबातील. १९४७च्या पंजाबच्या फाळणीच्या वेळी ते ब्रिटनला गेले होते. त्यांना ब्रिटनचे नागरिकत्वही मिळाले होते. नशीब काढण्यासाठी म्हणून ते भारतात परतले होते. इथे आल्यानंतर त्यांनी एक्स्पोर्टचा बिझनेस सुरू केला. ते भारतातून ब्रिटनला कापड निर्यात करू लागले. तेव्हा त्यांना ब्रिटनमधून एक मोठी ऑर्डर मिळाली होती. त्यांनी ती चार टप्प्यांत पूर्ण केली. त्यासंबंधीही एक गोष्ट आहे. त्यांना ती ऑर्डर मिळाली. त्याची पहिली कन्साईनमेंट त्यांनी पूर्ण केली आणि दुसऱ्या कन्साईनमेंट वेळी महायुद्धाला सुरुवात झाली. युद्धकाळात कापडाचे भाव खूप चढले. ते ज्या कंपनीला कापड निर्यात करत होते त्या ब्रिटिश कंपनीच्या मालकाने सांगितले, की ''तुम्ही आता माल पुरवू शकणार नाही, कारण कॉन्ट्रॅक्ट रेटपेक्षा बाजारभाव खूपच वर गेले आहेत.'' परंतु आर. एस. मेहरांनी तसे केले नाही. त्यांनी कॉन्ट्रॅक्ट रेटप्रमाणेच म्हणजे बाजारभावापेक्षा खूपच कमी दरात मालाचा पुरवठा केला. वास्तविक पाहता, मेहरा हे बाजारभावाप्रमाणे दुसरीकडे चढ्या दरात माल विकून पैसे कमवू शकले असते; परंतु मेहरा हे तत्त्वांचे पक्के होते. त्यांच्यासंबंधीची ही गोष्ट कळल्यानंतर माझा त्यांच्याबद्दलचा आदर द्विगुणित झाला. अशा व्यक्तींसदर्भात

डिकेथलॉन कोच ब्रूट्स हॅमिल्टन म्हणतो-

> *''हे जीवनही चमत्कारिकच आहे. जी माणसं प्रचंड कष्ट करतात, शिस्तीचे काटेकोरपणे पालन करतात, त्यासाठी सुखाच्या काही गोष्टींवर ते पाणीही सोडायला तयार होतात, तसेच ते आपल्या जीवनाचे उद्दिष्ट पूर्ण करण्याचा आटोकाट प्रयत्न करतात, तीच माणसं खऱ्या अर्थाने सर्वसुखी असतात.''*

मेहरांच्या त्या तत्त्वनिष्ठ कृतीमुळे ब्रिटिश कंपनीचा त्यांच्यावर विश्वास बसला. त्यानंतर मेहरांनी 'नवसारी चेम्बर्स' या कंपनीच्या मालकीच्या बिल्डिंगमध्ये एक्स्पोर्ट हाउस चालू केले. ते मुख्यतः 'जेसीटी कॉटन मिल्स' आणि 'मदुरा कोट्स' या कंपन्यांचे कापड निर्यात करायचे. मेहरांचे मोठे बंधू पंजाबात राहायचे. दुसरे बंधू आर. जी. मेहरा हे किशनचंद स्पिनिंग मिल्सचे काम पाहायचे. ती कंपनी नंतर बंद पडली. त्यानंतर आर. जी. मेहरांनी त्यांना 'के. के. डाईंग अ‍ॅण्ड प्रिंटिंग मिल' उभारण्याचे काम दिले. सर्वांत लहान भाऊ श्री. रामप्रसाद हे भिवंडीहून कापड जमवायचे काम करत. या सर्वांशी माझे अगदी घरोब्याचे संबंध राहिले होते. आर. जी. मेहरा हे अतिशय रुबाबदार होते. ते अतिशय टापटीप असत. शिवाय नेहमी कामात व्यग्र असायचे. त्यांनी के. के. डाईंगचे जवळपास एक कोटीचे कापड विकले. ऑर्डर आली की ते माल पाठवित; परंतु ते एक कोटी रुपये कंपनीला कधीच मिळाले नाहीत. त्यामुळे कंपनी अगदी डबघाईला आली. कंपनीचे खेळते भांडवलच संपले. त्यानंतर आर. एस. मेहरांनी माझ्यावर खूप मोठी जबाबदारी टाकली. त्यांनी काही प्रोजेक्ट्सचे एक्स्पोर्टचे काम मला दिले. आठवड्यातील एक दिवस मी तारापूर येथे जायचो. तेव्हाच श्री. चक्रवर्ती म्हणून एक डाईंग मास्टर कॉन्ट्रॅक्टवर घेतले होते. मी जबाबदारी स्वीकारायच्या आधी कंपनीमधील उत्पादनाची पद्धत वेगळी होती. कंपनी कापड विकत घ्यायची आणि त्यावर प्रोसेस करून विकायची. त्यामुळे कापड विकत आणणे आणि नंतर ते प्रोसेस करणे या गोष्टींकरता मोठ्या प्रमाणावर भांडवलाची गरज पडायची. मी ती पद्धतच बंद करून टाकली. ज्यांची प्रोसेसिंगची ऑर्डर असेल त्यांनाच कापड खरेदी करून द्यायला सांगितले. आम्ही फक्त त्यांना ते कापड प्रोसेस करून द्यायचो आणि त्यांच्याकडून प्रोसेसिंगचे चार्जेस घ्यायचो. त्यामुळे खेळत्या भांडवलाचा प्रश्न सुटला. प्रोसेसिंगचा अनुभव असलेल्या श्री. चक्रवर्तींना मी जनरल मॅनेजर म्हणून नेमले. तसेच कंपनी काही दिवस बंद करून प्रोसेसिंग सुरळीत करण्यासाठी अलाईनमेंटमध्ये बदल केले.

त्यानंतर कंपनी जोरात चालू केली. त्यानंतर पुढील तीन वर्षांत कंपनीला आधी जो एक कोटी रुपयांचा तोटा झाला होता, तो आम्ही भरून काढला.

अर्थात यासाठी मला अनेक गोष्टी कराव्या लागल्या. कंपनीतील प्रत्येक कामगारामध्ये सकारात्मक दृष्टिकोन रुजवावा लागला. योग्य व्यक्तींची योग्य पदावर नेमणूक करावी लागली. कंपनीत शिस्त, वेळेवर वसुली, उत्तम मार्केटिंग अशा अनेक गोष्टींवर बारकाईने लक्ष ठेवावे लागले. हे सर्व मी सर्वांकडून अगदी प्रेमाने करून घेत होतो. एक ख्रिस्ती धर्मगुरू म्हणतात-

> *''आपण एकट्याने शिट्टी वाजवून सूरसंगीताची निर्मिती करू शकत नाही, तर त्यासाठी योग्य वाद्यवृंदाचीही तेवढीच गरज असते.''*

हा विचार माझ्या कृतीत असेल, हे मी स्वतः काटेकोरपणे पाहत होतो.

के. के. डाईंगमध्ये मी संचालक झालो होतो. खरे तर मी नावाचाच संचालक होतो. माझ्या नावे कंपनीचा एकही शेअर्स नव्हता, पण संचालक होण्यासाठी म्हणून माझ्या नावाने बेनामी शेअर्स तेवढे कंपनीने ठेवले होते. या कार्यकाळात माझ्याकडे प्रामुख्याने तीन कामांची जबाबदारी होती. पहिली म्हणजे के. के. डाईंग ॲण्ड प्रिंटिंग मिलची जबाबदारी. दुसरी म्हणजे, व्हिएतनामला कराव्या लागणाऱ्या निर्यातीसंबंधीच्या कामांची आणि तिसरी जबाबदारी म्हणजे नवसरी चेंबर्स या कंपनीच्या बिल्डिंगच्या व्यवस्थापनाची. या तीनही जबाबदाऱ्या त्या त्या पातळ्यांवर माझ्यासाठी वेगळा अनुभव देणाऱ्या ठरल्या.

मी आधी सांगितल्याप्रमाणे के. के. डाईंगमध्ये फक्त कापड प्रोसेसिंग करून देण्याचे काम चालू ठेवले होते. प्रोसेसिंग करून देण्याच्या कामामध्ये कंपनीला पहिल्या वर्षी ७० लाखांचा नफा झाला होता. तो नफा दुसऱ्या वर्षी ४० लाख आणि तिसऱ्या वर्षी केवळ १२ लाखांवर आला. ही गोष्ट गंभीर होती. मी कंपनीमध्ये संचालक झाल्यानंतर कंपनीच्या हितासाठी अनेक गोष्टी केल्या. त्यापैकी एक म्हणजे १९८२ साली मी कंपनीच्या अकाउंटसाठी इंग्लंडहून एक कॉम्प्युटर आणला होता. त्या कॉम्प्युटरवर मारवाडातून आलेल्या एका तरुण मुलाने मारवाडी पद्धतीच्या नफा-तोट्यासंबंधीचा प्रोग्रॅम बनवून दिला होता. कॉम्प्युटरमुळे आमचे काम खूपच सोपे झाले होते. त्या कॉम्प्युटरमध्ये आम्ही दररोजची माहिती भरत असू. दररोज किती कच्चा माल लागला; वीज किती वापरली गेली आणि त्याचा खर्च किती आला; दररोज किती कापडावर प्रक्रिया झाली अशी सर्व प्रकारची माहिती तारापूरच्या मॅनेजरकडून घेत असू. ती माहिती कॉम्प्युटरच्या प्रोग्रॅममध्ये भरून दररोजच्या नफा-तोट्याचा अंदाज घेत असू.

तिसऱ्या वर्षाच्या शेवटी कंपनीच्या नफ्यामध्ये झालेली कमालीची घट

पाहून मी अस्वस्थ झालो. जे काही चालले आहे ते योग्य नव्हते. हे मला कळले होते. त्यानंतर चौथ्या वर्षीच्या पहिल्याच दिवशी नफा खूपच कमी होत असल्याचे माझ्या निदर्शनास आले. त्याने तर मी आणखीच अस्वस्थ झालो. ही गोष्ट कंपनीच्या संचालकांना कळावी म्हणून मी एक अभ्यासपूर्ण निवेदन तयार केले. त्या निवेदनामध्ये मी यापुढे कंपनी चालवणे कसे अवघड आणि तोट्याचे होणार आहे त्याची कारणे नमूद केली. त्या कारणांमध्ये मजूर आणि कर्मचाऱ्यांचे वाढलेले पगार; कच्चा माल, वीज आणि बॉयलरला लागणारा कोळसा व तेल यांचे वाढलेले भाव या गोष्टींचा उल्लेख केला. म्हणजे एकीकडे प्रोसेसिंगसाठी लागणाऱ्या सर्व गोष्टींचे भाव मात्र वाढत होते आणि दुसरीकडे प्रोसेसिंगचे चार्जेस मात्र तेवढेच राहिले होते. कारण बाजारातल्या स्पर्धेमुळे प्रोसेसिंगचे चार्जेस वाढवणे शक्य नव्हते. या सर्व कारणांमुळेच मोठमोठ्या कंपन्यांनी त्यांची स्वतःची प्रोसेसिंग युनिट बंद करून ती कामे इतर छोट्या कंपन्यांकडे वळविली होती. शिवाय आम्हाला काम न परवडण्याचे आणखी एक कारण होते, एक्साईजच्या नियमांचे. एक्साईच्या नियमांप्रमाणे एक्साईजची रक्कम प्रोसेसिंग हाउसला भरावी लागत असे. व्हायचे असे, की व्यापारी कापडाचा दर आधीच जाहीर करायचे. त्याप्रमाणे आम्ही कापड प्रोसेस झाल्यावर व्यापाऱ्याने जाहीर केलेल्या दराप्रमाणे एक्साईज भरायचो आणि व्यापाऱ्याकडून एक्साईजसह प्रोसेसिंग चार्जेस स्वीकारायचो; पण एक्साईज डिपार्टमेंटला नंतर असे आढळून आले, की व्यापारी कापड विकताना जाहीर केलेल्या दरापेक्षा चढ्या दराने माल विकत आहेत, तेव्हा त्यांनी त्या जास्तीच्या फरकावरील एक्साईजची रक्कम प्रोसेसिंग हाउसकडून दंडासह वसूल करण्यास सुरुवात केली. त्यामुळे अर्थातच त्याचा फटका प्रोसेसिंग युनिट्सना बसू लागला. अशी सर्व कारणे मी माझ्या निवेदनात स्पष्ट केली. त्यानुसार आता के. के. डाईंग ही कंपनी बंद करून विकून टाकावी, असे मी सुचविले.

कॉर्पोरेटमध्ये कंपन्या सुरू करणे आणि बंद करणे या गोष्टी गृहीत धरलेल्या असतात. जेव्हा एखाद्या क्षेत्रात नफ्याची संधी दिसते, तेव्हा भागीदार आपला पैसा त्यात गुंतवत असतात. तसेच जेव्हा एखाद्या क्षेत्रात मंदी येते किंवा नुकसान होते, तेव्हा त्यातून ते गुंतवणूक काढूनही घेत असतात. गुंतवणूक करणे आणि काढून घेणे या त्यांच्यासाठी तितक्या भावनिक गोष्टी नसतात; परंतु कंपनीतील कर्मचारी वर्ग, त्यावर अवलंबून असलेले इतर घटक मात्र त्यामुळे चांगलेच अडचणीत येत असतात. त्यामुळे काहीही झाले तरी कंपनी बंद करण्याचा मी दिलेला सल्ला हा तितकाच कठोर होता; परंतु सर्वांच्या हिताच्या दृष्टीने तो निर्णय घेणे गरजेचे होते.

कंपनीचा माझ्यावर आणि माझ्या सल्ल्यावर विश्वास होता. बराच

खल केल्यानंतर कंपनी प्रशासनानेही माझा सल्ला मान्य केला. श्री. मेहरा यांनी प्रोसेसिंग हाउस विकण्याचे ठरविले. त्यासाठी मी गिऱ्हाईकही आणले. कंपनी विक्रीसंबंधीची प्रक्रिया सुरू झाली. हे सर्व घडत असताना मला व्हिएतनामला जावे लागले. तिथून परतल्यानंतर मला मेहरांनी बोलावून घेतले.

''प्रभाकर, तू व्हिएतनामला होतास त्यामुळे तुला माहीत नसेल. म्हणून ती गोष्ट सांगण्यासाठी मी तुला बोलावले आहे.'' आर. एस. मेहरा शांतपणे बोलत होते.

''काही प्रॉब्लेम आहे का सर?'' मी.

''नाही. नाही. काही प्रॉब्लेम-बिब्लेम नाही. फक्त आपण कंपनी विकण्याचा जो निर्णय घेतला होता, तो बदलला आहे. आपण कंपनी न विकता ती चालूच ठेवणार आहोत.''

''... पण सर.'' माझे बोलणे व्हायच्या आतच श्री. मेहरा पुढे बोलू लागले.

''श्री. सेन आपल्याकडे नुकतेच जॉईन झाले आहेत. ते टेक्स्टाईल कॉर्पोरेशनचे प्रेसिडेंट होते. त्यांनी आपला प्लांट पाहिला. ते म्हणाले, की 'एवढा मोठा प्लांट आहे. तुम्ही विकू नका. इथे आपण प्रिंटिंग चालू करू.' त्यामुळेच त्यांना आपल्याकडे जॉईन करून घेतलंय आणि कंपनीने प्रिंटिंग करण्याचा निर्णय घेतलाय. त्यासाठी आपण प्रिंटिंग मशिनरीही विकत घेतोय.''

''ठीक आहे सर. तुम्ही निर्णय घेतलाच आहे, तर ठीक आहे.'' असे म्हणत कंपनी प्रशासनाच्या त्या निर्णयावर हताश होऊन मी त्यांच्या केबिनमधून बाहेर पडलो. आज त्यावर विचार करताना मला ल्यूक होइमन याचे विचार आठवतात-

> *''तुम्हाला जेव्हा निश्चितपणे अयशस्वी व्हायचे असेल, तेव्हा तुम्ही तुमच्या टीमला अजिबात न पटणाऱ्या गोष्टी करण्याचा आग्रह धरा. ते विकासाचा जो मार्ग आचरतील किंवा जी विकासाची पद्धती निर्माण करण्याचा प्रयत्न करतील त्यात खो घाला. एवढे केलेत की तुमचे अपयश नक्की झाले समजा!''*

कंपनी बंद करण्याचा निर्णय मी खूप विचारपूर्वक घेतला होता. त्या क्षेत्रात फारशा संधी दिसत नव्हत्या. तरीही कंपनी प्रशासनाने माझा निर्णय स्वीकारला नाही.

मी श्री. मेहरांच्या केबिनमधून बाहेर पडलो आणि शहा नावाचे मार्केटिंगचे

मॅनेजर माझ्यासमोर येऊन उभे राहिले.

''तुम्ही मालक लोक चुकीचे निर्णय घेऊन कंपनी बुडवणार. तुमच्या निर्णयांमुळे मला आतापासूनच नवी नोकरी शोधावी लागणार.'' शहा काहीसे वैतागून बोलत होते.

''अरे असा माझ्यावर वैतागू नकोस. आणि तू हे मला का सांगतोस?'' त्याला शांत करण्यासाठी मी म्हणालो.

''तुम्ही कंपनीचे डायरेक्टरच आहात ना?''

''होय. मी डायरेक्टर आहे, पण डी. डी.''

''डी. डी. म्हणजे?''

''डी. डी. म्हणजे दीड दमडीचा.''

''अहो काय बोलताहात साहेब?'' खजिल होऊन तो म्हणाला.

''अरे मी नावापुरता डायरेक्टर आहे. मीही तुझ्यासारखाच नोकर आहे. मालक नव्हे.''

''काय सांगताय साहेब? माफ करा. मला हे माहीत नव्हतं.''

''अरे पण मला एक सांग. प्रिंटिंग मशिनरी आणल्याने आपल्याला तोटा कसा होईल?''

''साहेब, आपण आपले कापड अहमदाबादला पाठवितो. तिथे त्याचे प्रिंटिंग होऊन पॅकिंग होऊन रशियाला निर्यात केले जाते. त्याचा खर्च मीटरला १ रुपया ६० पैसे येतो. आता आपण स्वतःचीच प्रिंटिंग मशिनरी आणून प्रिंटिंग केल्यास तो खर्च मीटरला २ रुपये ५० पैसे येणार आहे. त्यामुळे आपल्याला ते आणखीनच तोट्यात पडेल.''

''अच्छा.. मग तर तुझ्या आधी मीच ही कंपनी सोडतो. नाही तर मलाही माझ्या घरगुती कारणांमुळे हैदराबादला जावंच लागणार आहे.'' असे म्हणून मी तिथून निघालो.

त्यानंतर मी हैदराबादला गेलो.

हैद्राबादला गेल्यानंतर काही महिन्यांनी मला के. के. डाईंगच्या अकाउंटंटचा फोन आला.

''हॅलो सर, मी के. के. डाईंगमधून बोलतोय. अकाउंटंट.''

''हां हां. बोला. बऱ्याच दिवसांनी माझ्याकडे काय काम काढलंत?''

''काय सांगू साहेब, तुम्ही गेला आणि आपली के. के. डाईंग साफ बुडाली.''

''बुडाली? म्हणजे नक्की काय म्हणायचंय तुम्हाला?''

''साहेब तुम्हाला माहीतच आहे, कंपनीने प्रिंटिंग मशिनरी आणली ते. अर्थात तुम्ही ती आणण्यापूर्वीच कंपनी सोडलीत, पण ती प्रिंटिंग मशिनरी घेण्यासाठी के. के. प्रा. लि. ने पुष्कळ कर्ज काढलं. एवढं करून प्रिंटिंग मात्र काही फायद्यात पडलं नाही. कंपनीला खूप तोटा झालाय साहेब.''

''अरे पण आपल्या कंपनीचा एक्स्पोर्ट तर चांगला आहे. शिवाय प्रॉफिटवर इन्कम टॅक्स नसल्यामुळे आपल्याकडे सरप्लस पैसे भरपूर होते ना. कंपनी इतर मोठ्या कंपन्यांना ते लीजिंगसाठीही देत होती. मग इतकी कॅश रिच्ड् कंपनी तोट्यात कशी काय गेली?''

''साहेब, तुम्ही होतात तेव्हा तुम्ही कधीही कंपनीला चुकीचा सल्ला दिला नाहीत. पण कंपनी मॅनेजमेंटच्या डोक्यात कुठून ते प्रिंटिंगचं शिरलं आणि सारी कंपनी बुडाली. बरं ते जाऊ द्यात साहेब आता. मी फोन अशासाठी केला आहे, की तुम्हाला तारापूरची कंपनी विकून देण्यासाठी के. के. डाईंगला मदत करता येईल का? कंपनी मॅनेजमेंटने मला तसं तुम्हाला विचारणा करायला सांगितलं आहे.''

''हं... म्हणजे मी जे आधी म्हणत होतो, तेच करावं लागणार तर. दुर्दैव एवढंच, की माझं म्हणणं त्या वेळी त्यांनी ऐकलं नाही. नाही तर कंपनीवर ही वेळ आलीच नसती.''

''बरोबर आहे भिडेसाहेब तुमचं. पण तुम्ही तर काय करणार ना? पण साहेब या कामाचं तुम्ही काय कराल? काय कळवू मी मॅनेजमेंटला?''

''ठीक आहे. येतो मी. पाहू काय करता येईल ते. पण अशी काय अडचण आली म्हणून तुम्हाला माझी आठवण झाली?''

''साहेब, आपली जमीन ही आपल्या मालकीची नाहीये, ती आहे एमआयडीसीची. ते तुम्हाला माहीतच आहे. आता तुम्ही एमआयडीसीतच आधी अधिकारी राहिल्यामुळे तुम्हाला त्या सर्व गोष्टी नीट माहिती आहेत. त्यामुळेच कंपनीला तुमची आठवण झाली.''

''बरं बरं. ठीक आहे. करू यात काही तरी.''

त्यानंतर मी हैद्राबादहून मुंबईला गेलो. मुंबईत गेल्यानंतर आधी मी एमआयडीसीच्या ऑफिसमध्ये गेलो. तिथे जाऊन कोणकोणत्या कागदपत्रांची पूर्तता करावी लागेल, ते आधी लिहून आणले.

के. के. डाईंग कंपनीची फॅक्टरी एमआयडीसीच्या प्लॉटवर उभी होती. तो प्लॉट नियमाप्रमाणे के. के. डाईंगला भाडेतत्त्वावर मिळालेला होता. त्यामुळे के. के. डाईंगचा तो भाडेकरार मला फक्त विकत घेणाऱ्या कंपनीकडे हस्तांतरित करण्याची प्रक्रिया पार पाडायची होती.

एका स्टेनो टायपिस्टसोबत बसून विकणाऱ्या आणि विकत घेणाऱ्या कंपन्यांच्या लेटरहेडवर सर्व कागदपत्रे तयार करून घेतली. येथे एक गोष्ट लक्षात घेण्यासारखी आहे, ती म्हणजे सरकार जेव्हा उद्योगधंद्यासंबंधीच्या प्रकल्पासाठी जमीन विकत घेते तेव्हा ती जमीन सरकारला विकता येत नाही. सरकार त्या जमिनीचे प्लॉट पाडून ते प्लॉट कारखानदारांना भाडेतत्त्वावर दिले जातात. प्लॉटची मालकी ही सरकारकडेच राहते. जर एखाद्या कारखानदाराने काही वर्षांनंतर आपला कारखाना विकला, तर विकत देणारा आणि विकत घेणारा अशा दोन्हीही कारखानदारांना जमिनीचा भाडेकरार हस्तांतरित करण्यासाठी एमआयडीसीच्या परवानगीची गरज असते. आता आपण असे गृहित धरू यात, की त्या वेळी जमिनीचे वहिवाट शुल्क (ऑक्युपन्सी अमाऊंट) १०० रूपये प्रति चौरस मीटर असेल आणि पहिल्या कारखानदाराने आधी दिलेले वहिवाट शुल्क १० रुपये प्रती चौरस मीटर असेल, तर नव्या कारखानदाराला एमआयडीसीला १०० रुपयांमधून ते १० रुपये वजा करून ९० रुपये वहिवाट शुल्क द्यावे लागायचे. या गोष्टीवरून कारखानदारांनी ओरड केली. त्यांचे म्हणणे होते, की आम्ही एमआयडीसीकडून प्लॉट घेतल्यानंतर त्याची लेव्हल करतो, फेन्सिंग करतो, झाडे लावतो त्याचा खर्च आम्हाला कोण देणार? म्हणून मग एमआयडीसीने असे ठरविले, की भाडेकरार हस्तांतरित करताना नव्या कारखानदाराने ९० रुपयांपैकी ४५ रुपये प्रति चौरस मीटरचे वहिवाट शुल्क एमआयडीसीला द्यायचे आणि बाकीचे ४५ रुपये प्रति चौरस मीटरचे वहिवाट शुल्क पहिल्या कारखानदारास द्यायचे. यावरून एक गोष्ट लक्षात येते, की सरकारी जमिनीचे लॅण्ड ग्रॅबिंग कुणालाच करता येत नाही. तरीही वर्तमानपत्रात त्यासंबंधीच्या बातम्या येतात, त्याचे आश्चर्य वाटते.

आम्ही ज्या कारखानदारासोबत जमिनीच्या हस्तांतरणाचा व्यवहार केला, तो व्यवहार २ कोटी ८४ लाख रुपयांना ठरला. त्यापैकी वहिवाट शुल्कापोटी एमआयडीसीला ४० लाख रुपये द्यावे लागले. हा व्यवहार करताना मला माझ्या एमआयडीसीतील अनुभवाचा चांगलाच फायदा झाला.

■

मुक्काम

व्हि ए त ना म

के. के. डाईंगमध्ये काम करताना मला अनेकदा कामानिमित्त परदेशी जाण्याचे योग आले. आर. एस. मेहरा यांचा एक्स्पोर्टचा बिझनेस होता. शिवाय मेहरांचा माझ्यावर विश्वास असल्याने त्यांचे बरेचसे प्रोजेक्ट मी पूर्ण केले होते. त्यातील महत्त्वाचा प्रोजेक्ट हा व्हिएतनाममधील निर्यातीसंबंधीचा म्हणता येईल.

एकदा आर. एस. मेहरांनी एकदा मला बोलावले. मी त्यांच्या केबिनमध्ये गेलो. ते शांतपणे सांगू लागले.

''प्रभाकर, आपल्याला व्हिएतनामला काही मशिनरी एक्स्पोर्ट करायची आहे. त्याचं असं आहे, की भारत सरकारने व्हिएतनामला काही ग्राण्ट दिल्या आहेत. त्या ग्राण्ट रुपयांमध्ये दिल्या आहेत. तुला माहीतच आहे आपली करन्सी जगात इतरत्र वापरली जात नाही. त्यामुळे त्या पैशातून त्यांना फक्त भारतातच खरेदी करता येईल. तेव्हा या संधीचा आपल्याला फायदा घ्यावा लागेल.''

''पण सर आपण नक्की करायचं काय?'' मी.

''सांगतो. तू आधी व्हिएतनाममधील इंडियन ॲम्बेसीमध्ये जा. तिथले आपले जे ॲम्बेसेडर आहेत त्यांना भेट. ते तुला व्यवस्थित मार्गदर्शन करतील. तुला कदाचित व्हिएतनाममधल्या बऱ्याच सरकारी ऑफिसेसमध्ये जाऊन तिथे

त्यांना कोणत्या प्रकारची मशिनरी पाहिजे त्याची चौकशी करावी लागेल. त्यानंतर त्यांना हवी असणारी मशिनरी कोणत्या भारतीय कंपनीकडे चांगल्या दर्जाची मिळते ते शोधावे लागेल आणि सर्वांत शेवटी ती खरेदी करून व्हिएतनामला पाठवावी लागेल.''

मेहरांनी मला सर्व गोष्टी व्यवस्थित समजावून सांगितल्या. त्यांनी आधीच सर्व गोष्टींचे स्पेडवर्क करून ठेवले होते. त्यानंतर या कामानिमित्ताने माझ्या व्हिएतनामला बऱ्याच वाऱ्या झाल्या.

व्हिएतनामला माझी पहिली व्हिजिट झाली ती १९८३ साली. व्हिएतनामचे दोन भाग आहेत. उत्तर व्हिएतनाम आणि दक्षिण व्हिएतनाम. उत्तर व्हिएतनाम हे अमेरिकेच्या तर दक्षिण व्हिएतनाम हे फ्रान्सच्या आधिपत्याखाली होते. उत्तर व्हिएतनामच्या नागरिकांनी अमेरिकेशी कडवी झुंज देऊन उत्तर व्हिएतनाम स्वतंत्र केले. त्यानंतर त्यांनी फ्रान्सशी दोन हात करून दक्षिण व्हिएतनामलाही मुक्त केले. आणि व्हिएतनामचे एकीकरण केले. व्हिएतनामची राजधानी हो-ची-मिन्ह. हो-ची-मिन्ह नावाचे गृहस्थ व्हिएतनामचे सर्वेसर्वा होते. त्यांनीच अमेरिकेशी प्रदीर्घ लढा देऊन व्हिएतनामला स्वातंत्र्य मिळवून दिले, म्हणून त्यांचेच नाव राजधानीला दिले गेले.

व्हिएतनामला गेल्यानंतर तिथे माझा जास्त संपर्क हा हो-ची-मिन्ह या राजधानीच्या शहराशीच जास्त वेळा आला. तिथे मी श्री. मेहरा यांनी सांगितल्याप्रमाणे सर्व गोष्टी व्यवस्थित पार पाडल्या. व्हिएतनाममधली ती सर्व कामे बहुधा सन १९८९ मध्ये पूर्ण झाली. म्हणजे जवळपास साडेपाच-सहा वर्षं माझा व्हिएतनामशी संबंध आला. या काळात मी के. के. डाईंगचा संचालक म्हणूनही काम पाहत होतो.

व्हिएतनामला आम्ही भारतातून काही मशिनरी निर्यात करून तिथे ती व्यवस्थित बसवून दिली होती. व्हिएतनामला जी काही आम्ही निर्यात केली होती, त्यामध्ये चहाचा प्रोजेक्ट, टॅनिंग (tanning) इंडस्ट्रीसाठी लागणारी काही मशिनरी आणि टेक्स्टाईल प्रोसेसिंग करता लागणाऱ्या काही मशिनरीचा समावेश होता.

चहाच्या प्रोजेक्टसाठी मी कोलकत्यास गेलो होतो. तिथे श्री. मुन्शी नावाचे एक गृहस्थ राहत. ते चहाचे प्रसिद्ध तज्ज्ञ होते. मी त्यांना भेटलो. आमच्या व्हिएतनाम प्रोजेक्टविषयी त्यांना सविस्तर कल्पना दिली. त्यांना मदतीसाठी आवाहन केले. त्यांनीही आनंदाने मदतीसाठी होकार भरला. मी त्यांच्याकडून एक कोटेशन तयार करून घेतले. ते कोटेशन व्हिएतनाममधून मंजूरही झाले

आणि आम्हाला ते कॉन्ट्रॅक्ट मिळाले.

व्हिएतनाममध्ये लोक ग्रीन टी पितात. तिथे प्रत्येक ऑफिसमध्ये ग्रीन-टी तयार ठेवलेला असतो. ज्याला पाहिजे ती व्यक्ती तो ग्रीन-टी साखर आणि दुधाविना घेत. पण हा चहा त्यांना निर्यात करता येत नसे. म्हणून निर्यात करण्याकरता त्यांनी भारतीय चहाची लागवड केलेली होती. त्या चहावर प्रक्रिया करून तो निर्यातयोग्य बनविण्यासाठीची मशिनरी आम्ही त्यांना भारतातून उपलब्ध करून देणार होतो. त्याप्रमाणे आम्ही त्यांना ती मशिनरी पुरवली. आम्ही त्या कॉन्ट्रॅक्टमधील मशिनरी पुरवण्याकरता कोल्हापूर, ठाणे, चेन्नई, कोलकत्ता आणि दिल्लीमधील कंपन्यांची निवड केली होती. ही मशिनरी बसवताना एक मोठी तांत्रिक अडचण समोर आली. ती अडचण होती मशिनरीला कराव्या लागणाऱ्या वीजपुरवठ्यासंबंधातली. व्हिएतनाममध्ये ३६५ व्होल्टेज वापरले जाते. आपल्याकडील मशिनरी ही ४००-४२५ व्होल्टेजची असते. त्यामुळे आम्ही त्यांना ज्या मशिनरी पुरवल्या त्या ४००-४२५ व्होल्टेजच्या. आता त्या मशिनरी ३६५ व्होल्टेजवर चालणे शक्य नव्हते. त्यासाठी स्टेप डाऊन ट्रान्स्फॉर्मरची गरज होती. तसे ट्रान्स्फॉर्मर आम्ही बनवूनही घेतले; परंतु आम्हाला ते ट्रान्स्फॉर्मर निर्यात करण्याची परवानगी एक्स्पोर्ट डिपार्टमेंटकडून मिळत नव्हती. तेव्हा मी त्या खात्याच्या अधिकाऱ्यांना भेटलो. त्यांना ट्रान्स्फॉर्मरविषयी सविस्तर माहिती दिली. मी त्यांना पटवून दिले, की ट्रान्स्फार्मर हा त्या मशिनचाच भाग आहे. कारण आमच्या कॉन्ट्रॅक्टमध्ये 'पंपसेट विथ ड्राईव्ह' असे होते. म्हणजेच पंप, मोटार, त्यांना जोडणारी कपलिंग ही सर्व येतात. तसेच ती मोटर चालविण्याकरता योग्य व्होल्टेजच्या मोटारीची गरज असते. त्यासाठी मी त्यांना किर्लोस्करच्या मोटारीवरील ४२५ व्होल्ट दाखवले आणि आमच्या कॉन्ट्रॅक्टमधील ३६५ व्होल्ट दाखवले. त्यासाठी तो पार्ट त्या मशिनला जोडणे अत्यावश्यक असल्याचे मी त्यांना पटवून दिले. अशा प्रकारे खूप काथ्याकूट केल्यानंतर अखेर त्या एक्स्पोर्ट डिपार्टमेंटने आम्हाला ट्रान्स्फॉर्मरसह मशिनरी निर्यात करण्याची परवानगी दिली. त्यानंतर ती मशिनरी व्हिएतनाममध्ये बसवून त्यांचे उत्पादन आम्ही व्यवस्थित करून दिले. आम्ही पुरवलेल्या मशिनरीच्या कामाचा दर्जा चांगला असल्यामुळे आम्हाला आणखी एक ऑर्डर मिळाली. एका प्रोजेक्टची किंमत सुमारे ५० लाख रुपये होती. त्या किमतीत मशिनरी पुरविणे, ती बसवून उत्पादन सुरू करून देणे आणि ते उत्पादन निर्यातयोग्य असेल याची जबाबदारी स्वीकारण्यापर्यंतच्या कामांचा समावेश कॉन्ट्रॅक्टमध्ये होता. ती सर्व कामे व्यवस्थित पार पाडल्यामुळे व्हिएतनाम सरकारचा आमच्या

कंपनीवरचा विश्वास वाढला.

व्हिएतनाममध्ये काम करताना एक गोष्ट मात्र मला प्रकर्षाने जाणवली. व्हिएतनामला भारत सरकारने अनुदान दिले ते रुपयांमध्ये, म्हणून ते तेवढ्याच किमतीची मशिनरी भारतातून घेत होते. जेव्हा जेव्हा त्यांच्याकडे डॉलर्स असत, तेव्हा ते युरोप आणि अमेरिकेतील मशिनरीलाच प्राधान्य देत असत. विरोधाभास म्हणजे व्हिएतनाममधले लोक हे अमेरिकन लोकांचा वास्तविक पाहता तिरस्कारच करत होते.

व्हिएतनाममधील कर्मचारी वर्ग, अधिकारी आणि काही मंत्र्यांशी माझे सौहार्दाचे संबंध तयार झाले होते. काही मंत्री तर माझ्यावर चांगलेच खूश होते. त्यांनी माझ्यासाठी एक जेवणाचा कार्यक्रम ठरविला होता. त्या कार्यक्रमात तिथले अधिकारी होते. तसेच एक दुभाषकही होता. व्हिएतनाममधील लोकांना रशियन आणि चिनी या दोनच भाषा येतात. इंग्रजी नाही. कारण रशिया आणि चीन हे दोनच देश नेहमी त्यांच्या मदतीस असायचे. मला माझ्या दररोजच्या कामानिमित्तच्या संभाषणासाठी एका दुभाषकाची गरज पडायची. त्याची दररोजची फी २० डॉलर्स होती. तसेच एक दिवसाकरिता मी एक टॅक्सी ठरविली होती, त्याचे भाडेही दिवसाला २० डॉलर्स इतके होते. खोलीचे भाडेही दररोज २० डॉलर्स इतकेच होते. दररोजचे चहा, नाष्टा आणि सकाळ-संध्याकाळचे जेवण हे सर्व मात्र एक डॉलरमध्ये मिळायचे. कारण जेवण हे व्हिएतनामच्या चलनात म्हणजे डाँगमध्ये मिळत असे. तिथल्या सरकारने डाँगच्या विनिमयाचा दर हा १ डॉलर्सला १० डाँग असा ठरविला होता. बाहेर मात्र एका डॉलरमध्ये ३५० डाँग मिळायचे. आणि त्यामुळेच माझे जेवण, नाष्टा, चहा हे सर्व एका डॉलरमध्ये व्हायचे. तिथले जेवण मला कधी आवडले नाही. संध्याकाळी पाच वाजता ऑफिस बंद झाल्यानंतर मी हॉटेलवर परतायचो. रूममध्ये टी. व्ही. असायचा, पण त्यावर फक्त व्हिएतनामच्या भाषेत कार्यक्रम असायचे. ते कार्यक्रमही मला फारसे आवडायचे नाहीत. त्यामुळे तो वेळ खूपच कंटाळवाणा जायचा. आठवड्याच्या शेवटच्या दिवशी मला तिथल्या लोकांकडून रात्रीच्या जेवणाचे निमंत्रण असायचे. तो वेळ खूप चांगला जायचा. त्या लोकांना, तिथल्या संस्कृतीला, परंपरांना समजून घेण्याची ती चांगली संधी असायची. त्यांनाही भारताविषयीची उत्सुकता असायचीच. तेही अनेक शंका विचारायचे. तेव्हा वाटायचे, आपण खरेच भाग्यवान आहोत. आपल्याला अशी संधी मिळते.

व्हिएतनाममधील कॉन्ट्रॅक्ट दरम्यान प्रत्येक कामावर मी बारकाईने लक्ष ठेवून होतो. नियोजनाप्रमाणे सर्व कामे करून घेण्यासाठी आम्ही जिवाचे रान करत होतो. हे सर्व तिथले लोक पाहत होते. त्यामुळे ते आमच्या कामावर जाम

खूश होते. त्यातच आमचे डायरेक्टर आर. एस. मेहरा यांनी ठरविले, की त्या देशाला काही तरी मदत करायची. त्यासाठी काय करता येईल याची चाचपणी करण्याची जबाबदारीही त्यांनी माझ्यावरच सोपवली.

आधी सांगितल्याप्रमाणे आर. एस. मेहरा यांचा स्वभाव चांगला होता. ते अतिशय तत्त्वनिष्ठ होते. त्यांच्या चांगुलपणाची प्रचिती देणारे उदाहरण मी आधीच दिले आहे.

धनिकांनीच नव्हे तर समाजातील प्रत्येक घटकाने समाजाप्रतिची आपली नैतिक जबाबदारी पार पाडायला हवी. अमेरिकेतील प्रसिद्ध उद्योजक जॉन डी. रॉकफेलर आणि स्वामी विवेकानंद यांच्या संदर्भातील एक किस्सा खूप काही सांगून जातो.

> *स्वामी विवेकानंद शिकागो इथे धर्मपरिषदेत गेले होते. तिथे त्यांच्या भाषणानंतर त्यांना अमेरिकेत चांगला प्रतिसाद मिळत होता. जॉन डी. रॉकफेलर हे प्रसिद्ध उद्योजक होते. त्यांच्याकडे अमाप संपत्ती होती. त्यांना कुणी तरी सांगितले होते, की भगवी वस्त्रे घालणाऱ्या कुणी तरी भारतीय साधूने शिकागोच्या लोकांना भारून टाकले आहे. ते स्वामी विवेकानंदांना भेटायला गेले. त्यांना स्वामीजींना भेटण्यात फारसा रस नव्हता. कुतूहल म्हणूनच ते त्या ठिकाणी गेले होते. त्यांनी स्वामीजी असलेल्या खोलीत प्रवेश केला. सुरुवातीचा काही वेळ स्वामीजींनी त्यांच्याकडे पाहिलेही नाही. थोड्या वेळानंतर त्यांच्याकडे पाहिले. रॉकफेलर यांना अशा सामान्य वागणुकीची सवयच नव्हती. जॉन डी. रॉकफेलर ही धनाढ्य व्यक्ती आल्याचे स्वामीजींना सांगण्यात आले. बोलता बोलता स्वामीजींनी त्यांना एक प्रश्न केला, ''आपणाकडे इतरांपेक्षा खूप संपत्ती आहे; परंतु खरेच जितकी संपत्ती आपणाकडे आहे, तितके आपण इतरांपेक्षा हुशार आहात?'' त्यावर रॉकफेलर कुत्सितपणे हसत म्हणाले, ''अर्थातच. मी इतरांपेक्षा शतपटीने हुशार नसतो तर माझ्याकडे इतकी संपत्तीच नसती.''*
>
> *तेव्हा स्वामीजींनी त्यांना असे सांगितले, की ''तुम्ही इतरांपेक्षा जास्त हुशार आहात; परंतु शतपटीने मात्र नक्कीच नाही. तुम्ही केवळ तिप्पट-चौपट हुशार असू शकतात. मग*

तुमच्याकडे शतपटीने असलेली संपत्ती इतरांकडे परत जायला हवी.'' त्यांच्या या बोलण्यावर रॉकफेलर हसले. आपण आपली संपत्ती मिळवण्यासाठी खूप कष्ट केल्याचे त्यांनी सांगितले. आणि ते निघून गेले.

काही दिवसांनंतर ते पुन्हा स्वामीजींकडे आले. त्यांनी स्वामीजींना एक कागदाचा तुकडा दिला. त्या कागदावर त्याने काही रक्कम दान दिल्याच्या नोंदी होत्या. त्यानंतर तो स्वामीजींना म्हणाला, ''आता तरी तुम्हाला आनंद वाटतो का?'' त्यावर स्वामीजी शांतपणे म्हणाले, ''मला आनंद का वाटावा? जर तुमच्याकडे असलेल्या संपत्तीतील पुरेशी संपत्ती तुम्ही बाजूला ठेवली आहे, समाजाला परत केली आहे का, हा प्रश्न तुम्ही स्वतःला विचारायला हवा.''

त्या घटनेनंतर सुमारे १५ वर्षांनंतर १९१३ साली जॉन डी. रॉकफेलरने स्वामीजींच्या विचारांना महत्त्व देत 'रॉकफेलर फाउंडेशन'ची स्थापना केली. या फाउंडेशनमार्फत आजपर्यंत खूप मोठमोठ्या सामाजिक कामांना मूर्त स्वरूप मिळाले आहे.

जोपर्यंत आमच्यातील सामाजिक भान जागे होत नाही, तोपर्यंत या गोष्टी घडणे अशक्य आहे. मुळात सामाजिक भान जागे होण्यासाठी तशा पद्धतीचे विचार समाजात प्रसृत व्हावेत, म्हणून कुणीच प्रयत्न करत नाही. केवळ पैसा मिळवण्यामागे आणि ऐहिक सुखामागे धावणारा समाज किती भरकटलेला आहे, ते आपण दैनंदिन जीवनात पाहतच आहोत. त्यामुळेच आर. एस. मेहरांना व्हिएतनामसाठी काही करावेसे वाटल्याने मला आनंद झाला. आणि तशी संधीही चालून आली.

एकदा असेच गप्पांमध्ये मी इंग्रजी भाषेचा विषय काढला. त्या लोकांनीही इंग्रजी शिकण्याविषयीची आस्था बोलून दाखवली. मग मी त्यांना एक युक्ती सुचवली. मी म्हणालो, की ''आमच्या कंपनीला तुमच्यासाठी काही तरी चांगले काम करायचेच आहे. तर तुम्ही दरवर्षी तुमचे चार लोक आमच्याकडे पाठवा. आम्ही त्यांना इंग्रजी शिकवू.'' त्यांनाही माझी कल्पना आवडली. त्यांनी लगेच त्याला होकारही दिला.

या कल्पनेला मूर्त रूप देण्यासाठी मला एखाद्या कॉलेजची मदत हवी होती. त्यासाठी मी पुण्यातल्या बीएमसीसी कॉलेजच्या प्रिन्सिपॉलनाही भेटलो.

त्यांना ही कल्पना सांगितली. त्यांनीही त्याला लगेच संमती दिली. शिवाय त्यांनी कॉलेजच्या दोन खोल्या राखून ठेवल्या. मग दरवर्षी त्यांचे चार लोक पुण्यात यायचे आणि दहा महिने राहून इंग्रजी शिकून घ्यायचे. आम्ही कंपनीमार्फत त्यांच्या जेवणखाण, खोली भाडे, येण्या-जाण्याचा खर्च करत असू. शिवाय वरखर्चालाही पैसे देत असू. आर. एस. मेहरा यांच्या सहयोगामुळे माझी ती कल्पना प्रत्यक्षात आल्याचा मला खूप आनंद वाटला.

दक्षिण व्हिएतनामचे मुख्य शहर सायगाव हे होते. मी एकदा तिथे गेलो होतो. जाताना मी व्हिएतनाम एअरलाइन्सने गेलो होतो. विमानातील बैठक व्यवस्था अक्षरशः लाकडी होती. तो अनुभव काही वेगळाच वाटला. सायगाव तसे बरेच चांगले होते. तिथले जेवणही मला आवडले. तिथल्या तरुण मुले व मुलींच्या चेहऱ्यावर मला फ्रेंच झाक जाणवली. सायगाव हे कित्येक वर्षं फ्रान्सकडे होते. त्यामुळे कदाचित फ्रेंच आणि व्हिएतनाम संकरातून अशी मुले जन्माला आली असण्याची शक्यता नाकारता येत नाही. मी सायगावला एकदाच गेलो, परंतु ते शहर मला आवडलं.

मी व्हिएतनामहून भारतात परतण्यासाठी खूप आतूर असायचो. तो प्रवासही सुखाचा असायचा. कारण फक्त बुधवारी आणि शुक्रवारी थाई एअरलाइन्सची उड्डाणे हो-चि-मिन्ह ते बँकॉक अशी असायची. मी थाई एअरलाइन्सने बँकॉकला जायचो. या एअरलाइन्समध्ये खाणे खूप चांगले असायचे. बँकाँकमधून पुढचा मुंबईपर्यंतचा प्रवास हा कॅथे पॅसिफिक एअरलाइन्सच्या बिझनेस क्लासने असायचा. त्यामुळे व्हिएतनाममधला कंटाळा कुठच्या कुठे निघून जायचा.

दरम्यानच्या काळात माझ्याबाबतीत एक किस्सा घडला. स्वतःबद्दल अभिमान वाटावा असा तो किस्सा.

एकदा मी व्हिएतनामहून भारतात परतलो होतो. त्यानंतर मी जेव्हा ऑफिसमध्ये गेलो तेव्हा आर. एस. मेहरांनी मला त्यांच्याकडे बोलावून घेतले. जेव्हा मी त्यांच्या केबिनमध्ये गेलो तेव्हा मला त्यांचा चेहरा थोडासा नाराज वाटला. नेहमीप्रमाणे ते माझ्याशी हसून बोलत नव्हते.

''प्रभाकर, तुम्हाला के. के. कंपनीमध्ये काम करण्यात रस नाहीये का?'' कामाची इकडची-तिकडची थोडीशी चौकशी केल्यानंतर ते मला धीरगंभीर आवाजात म्हणाले.

''असं का म्हणता सर?'' मी त्यांना उलट प्रश्न केला.

त्याबरोबर त्यांनी माझ्यासमोर एक पाकीट सरकवले. ते पाकीट मी हातात घेतले. त्यावर माझे नाव होते. त्यात 'ए. ए. फर्ग्युसन' या विख्यात प्लेसमेंट

कंपनीचे पत्र होते. के. के. डाईंगच्या प्लेसमेंटचे काम त्या कंपनीकडे होते. मी ते पत्र वाचत होतो.

''प्रभाकर, या पाकिटात तुमच्यासाठी नोकरीची ऑफर आहे. त्यात त्यांनी लिहिलंय, की त्यांना दोन-तीन कंपन्यांकडून एक्झिक्युटिव्ह डायरेक्टरच्या पोस्टसाठी विचारणा होतेय. आणि त्या पोस्टसाठी त्यांनी तुमचं नाव सुचवलंय. याचा अर्थ आम्ही काय काढायचा? शिवाय त्यांनी पत्रात तुम्हाला पन्नास हजार रुपये पगार आणि इतर पर्क्स द्यायची तयारी दर्शवलीय. तुम्ही आम्हाला बोलला असता तर आम्हीही तुम्हाला तेवढा पगार दिला असता.''

त्यांच्या बोलण्याने मी अवाक् झालो. थोडासा गोंधळलोही.

''...पण ...पण साहेब मी तर त्यांना माझ्या नोकरीसंबंधी कधी ब्र ही काढला नाही. आणि त्यांनी हे असं पत्र का लिहिलंय, हे मी त्यांच्याशी चर्चा केल्याशिवाय नाही सांगू शकत. पण एक मात्र नक्की, मी त्यांना अशी विचारणा कधी केली नव्हती. आणि महत्त्वाचं म्हणजे मी के. के. डाईंगच्या जॉबमध्ये खुश आहे. सध्यातरी माझा तसा कोणताच विचार नाही.''

''हं.. माझीही तुमच्याकडून हीच अपेक्षा होती, पण प्रभाकर तुम्हाला आणि आम्हालाही अभिमान वाटावा अशी गोष्ट त्यांनी या पत्रात लिहिलीय.''

''कोणती सर?''

''वाचा ना. त्यांनी म्हटलंय, 'की सध्याच्या घडीला दोनच सीईओ असे आहेत, की जे तोट्यातील कंपनी फायद्यात आणू शकतात. त्यातले एक तुम्ही.''

त्यांच्या त्या वाक्याने मी सद्‌गदित झालो.

त्यानंतर आम्ही दोघांनीही त्या विषयाला पूर्णविराम दिला. मीही माझ्या कामात पुन्हा गुंग झालो.

काही दिवसांनी माझे व्हिएतनाममधील काम संपले आणि व्हिएतनाममधील हेलपाटेही थांबले; परंतु आर. एस. मेहतांना व्हिएतनाममध्ये बिझनेस वाढवायचा होता. त्यासाठी त्यांनी तिथे मिलिटरीमधील एका निवृत्त कर्नलची नेमणूकही केली. शिवाय तिथल्याच सरकारी सेवेमधील एका अधिकाऱ्याला डेप्युटेशनवर घेतले. भाड्याची एक जागा घेतली आणि तिथे ऑफिस सुरू केले. त्यांची ही कृती मला पटली नाही. नेहमीप्रमाणे मी त्यांना प्रामाणिकपणे माझा सल्ला दिला.

''सर. तुम्ही तिथे ऑफिस सुरू केले आहे, पण तुम्ही त्याबाबत पुन्हा एकदा विचार करावा, असे मला वाटते.''

''का? काय होईल असं तुम्हाला वाटतं?''

''सर, एक तर व्हिएतनाम सरकारने आपल्याकडून आत्तापर्यंतची जी काही मशिनरी विकत घेण्यासंबंधीची कॉन्ट्रॅक्ट केली आहेत, ती दुसरा काही पर्याय नसल्यामुळे. कारण भारत सरकारने त्यांना रुपयामध्ये मदत दिली होती. आणि रुपया जगात इतरत्र कुठे चालत नसल्यामुळे त्यांना तसे करणे भाग पडले; पण आता त्यांच्याकडचे रुपयांतले फंड संपलेत. त्यामुळे इथून पुढे ते आपल्याबरोबर किती काम करतील याची शंकाच आहे.''

''तू म्हणतोस ते बरोबर आहे. पण मीही विचार केलाय. आता आपण त्यांच्यासोबत इतके दिवस काम करतोय. त्यांनी आपल्या कामाला वाखाणलेही आहे. त्यामुळे तू म्हणतोस ते मला काही पूर्णपणे पटत नाही. आपल्याला आणखी काही कामे मिळतील आणि त्यामध्ये विश्वास संपादन करून आपण जम बसवू असे मला वाटते.'' आर. एस. मेहरा ठामपणे बोलत होते.

मला त्यांच्यापुढे बोलता आले नाही. मी माझे काम केले होते. प्रसिद्ध व्यवस्थापन तज्ज्ञ रिचर्ड टेम्प्लर त्याच्या 'Rules of Management : The Definitive Guide of Managerial Success' या पुस्तकात म्हणतो-

> *''सदा सत्य बोला. सदा सत्य वागा. तुमच्या वरिष्ठांना याविषयी काही वाटत नसेल, तर तो त्यांचा प्रश्न आहे; परंतु तुम्ही स्वतः मात्र कधीही खोटे बोलू नका. जाणूनबुजून कुणाला फसवू नका. चोऱ्या करू नका. अधिकाराचा गैरवापर करू नका. अफरातफर-बनवाबनवी यात पडू नका. पैशाचा, वेळेचा, अधिकाराचा दुरुपयोग करू नका.''*

महात्मा गांधींचे सत्याचे प्रयोग तर जगाने डोक्यावर घेतले आहेत. मीही माझ्या सेवाकालात असत्याला कधीही थारा दिला नाही. म्हणूनच आर. एस. मेहरांना मी स्पष्टपणे बोललो होतो. त्यापुढे त्यांची मर्जी होती. त्यांनी व्हिएतनाममधील त्यांचे ऑफिस चालूच ठेवले. जवळपास वर्षभर ते ऑफिस चालू राहिले; परंतु त्या अख्ख्या वर्षात कंपनीला एकही कॉन्ट्रॅक्ट मिळाले नाही. जेव्हा कंपनीच्या अकाउंटंटने त्यांना सांगितले, की डॉलर्समधले फंड संपत चालले आहेत, तेव्हा कुठे त्यांनी तिथल्या सर्व स्टाफला कामावरून काढून टाकून ते ऑफिस बंद केले. दुर्दैवाने ऑफिस बंद करण्याचे काम करायला मलाच व्हिएतनामला जावे लागले.

■

मुक्काम

युरोप

आर. एस. मेहरा यांची 'किशनचंद स्पिनिंग मिल' नावाची मिल वागळे इस्टेटमध्ये होती. या कंपनीचा प्लॉट मोठा होता. या मिलची सर्व यंत्रणा व्यवस्थित होती. विद्युत पुरवठा, पाणीपुरवठा चालू होता. एक मॅनेजर आणि दोन चौकीदार नोकरीवर होते. मिल मात्र बंद होती. या मिलमधील सगळी मशिनरी मात्र डिस्पोजल केलेली होती. आर. एस. मेहरा यांच्या मनात तिथे विविंग मिल सुरू करण्याची कल्पना होती. त्यांचे एक मित्र सरकार दरबारी वजन असलेले गृहस्थ होते. मेहरा यांनी त्यांना विव्हिंग मिलच्या परवानगीचे काम सोपवले. त्यासाठी सल्लागाराचे मानधन म्हणून त्या गृहस्थांना दोन लाख रुपयेही त्यांनी दिले होते. मेहरा यांनी मला सांगितले, की ''तुम्ही सध्या इतर अनेक कामात व्यस्त असल्यामुळे मी ते काम त्या गृहस्थांना दिले आहे.'' मलाही खरोखरच वेळ नव्हता.

सहा महिन्यानंतर मेहरांनी मला बोलावून घेतले आणि सांगितले, की ''त्या गृहस्थांकडून परवानगी मिळवण्याचे काम अजूनही झाले नाही. परवानगी मिळणे तर सोडच; परंतु परवानगी नाकारल्याचे पत्र आले आहे. त्यामुळे मला आता असं वाटतं, की यात तूच लक्ष घालावंस.''

मेहरांनी ते काम माझ्याकडे सोपवले आणि मी कामाला लागलो. मी त्या प्रकल्पाशी संबंधित कागदपत्रांची फाईल तयार केली. हा प्रोजेक्ट नाकारला

म्हणजे, त्याला काही तरी सबळ कारण असण्याची शक्यता गृहीत धरून मी आणखीही काही कागदपत्रे गोळा केली. सर्व तयारी व्यवस्थित झाल्यानंतर मी उद्योग खात्याचे सचिव श्री. कांगा यांच्याकडे गेलो. ते अतिशय कार्यतत्पर होते. त्यांच्यासमोर माझी फाईल ठेवली.

''नमस्कार सर. मी प्रभाकर भिडे. के. के. डाईंगच्या विव्हिंग प्लांटच्या परवानगीसाठी आलोय.''

कांगा यांनी माझ्याकडे पाहिले. आणि थोड्याशा वैतागलेल्या सुरात ते मला म्हणाले, ''अहो, पण तुमच्या प्लांटला आम्ही आधीच परवानगी नाकारलीय. मग तुम्ही येथे का आलात?''

''पण साहेब, एखादा नवीन प्रोजेक्ट सुरू होतोय, ही एमआयडीसीच्या दृष्टीने चांगलीच गोष्ट आहे ना! मग तुम्ही हा प्रोजेक्ट का रिजेक्ट केलात, ते मात्र मला कळलं नाही.''

''प्रोजेक्ट सुरू होतोय ही चांगलीच गोष्ट आहे; परंतु मुंबई आणि ठाण्यात आता आम्ही इंडस्ट्रिजना परवानगी देत नाही.'' असे म्हणत त्यांनी माझ्या फाईलवर 'परवानगी नाकारली' असे लिहून टाकले.

मी त्यांना बरीच विनंती केली; परंतु ते काही केल्या ऐकेनात. शेवटी माझा नाइलाज झाला. तिथून उठता उठता मी म्हणालो,

''ठीक आहे साहेब. तुम्ही परवानगी देतच नाही तर मी मुख्यमंत्र्यांना भेटतो.''

''ठीक आहे, भेटा. पण पेपर्सवर मी 'परवानगी नाकारली' लिहिल्याचे दाखवा.'' कांगा बोलले.

त्यांच्या बोलण्याचा मला राग आला नाही. पण मीही त्यावर तितक्याच पटकन उत्तर दिले, ''असं असेल तर, मग तुम्हीच चला ना साहेब माझ्याबरोबर.'' कारण खरे तर त्यांना मला परवानगी द्यायची होती, असे दिसत होते; परंतु नियमांमुळे त्यांची कदाचित अडचण होत असल्याचे मला जाणवले होते.

माझ्या या बोलण्यानंतर ते माझ्याबरोबर यायला तयार झाले. त्या वेळी वसंतदादा पाटील हे मुख्यमंत्री होते. आम्ही त्यांची वेळ घेऊन त्यांना भेटायला गेलो.

''प्रभाकर, काय रे बऱ्याच दिवसांनी आलास. काय काम?'' वसंतदादा चौकशीच्या सुरात म्हणाले.

''काही नाही साहेब. वागळे इस्टेटमध्ये 'किशनचंद स्पीनिंग मिल' नावाची आमची कंपनी आहे. आधी तिथे जी स्पिनिंग मिल होती, ती सध्या बंद

अवस्थेत आहे. तिथे आम्हाला आता विव्हिंग युनिट टाकायचे आहे. विव्हिंग युनिटसाठी पाणी कमी लागते. पूर्वी या कंपनीत १३४ कामगार होते. आता ॲटोमॅटिक मशिन बसविल्यामुळे ८४ कामगार लागतील. पूर्वी वीज ८७ हजार वॅट प्रति तास लागत होती, ती आता १३० हजार वॅट प्रति तास लागेल.'' हे सांगत असतानाच मी त्यांना 'महाराष्ट्र टाईम्स'चा अंक दाखवला. त्यात महाराष्ट्र 'राज्य विद्युत महामंडळा'संबंधीची एक बातमी होती. त्या बातमीत महामंडळाकडील अतिरिक्त विजेसंबंधी माहिती दिली होती. ती अतिरिक्त वीज महामंडळ कर्नाटकला विकत असल्याचे छापले होते. ती बातमी दाखवतच मी वसंतदादांशी पुन्हा बोलू लागलो.

''साहेब, आणि राज्याकडे अतिरिक्त वीजही आहे. आता इतक्या गोष्टींचा विचार केल्यानंतर मला वाटते, की या प्रोजेक्टला परवानगी मिळायला हवी.''

माझे बोलणे ऐकल्यानंतर वसंतदादा पाटलांनी थोडा विचार केला आणि लगेच त्यांनी कागदपत्रांवर 'परवानगी दिली' असे लिहून टाकले. ते परवानगी दिल्याचे कागद त्यांनी उद्योग खात्याचे सचिव कांगा यांचेकडे सुपूर्द केले. मी वसंतदादा पाटील आणि कांगा यांचे आभार मानून तिथून निघालो.

मिलला परवानगी मिळाल्याने मेहरांनाही अतिशय आनंदी झाला. मी हे काम करताना कोणत्याही आविर्भावात नव्हतो. आपली बाजू जर योग्य असेल, तर ती समोरच्याला योग्य पद्धतीने न थकता पटवून देता यायला हवी. ब्रायन ट्रेसी हा व्यक्तिगत आणि व्यावसायिक मार्गदर्शक म्हणतो-

> *''तुमच्या योजना आखताना त्यासंबंधीची दृष्टी सुस्पष्ट असावी. योजनांचे स्वरूप निश्चित असावे. त्यामुळे तुमच्यातील आत्मविश्वासाची भावना वाढीस लागते. आणि आत्मविश्वास वाढला, की तुमच्यात कार्यशक्ती निर्माण होते.''*

आमच्या विव्हिंग मिलला परवानगी मिळाली आणि माझे काम संपण्याऐवजी ते आणखी वाढले. कारण कंपनी सुरू होणार म्हटल्यानंतर अनेक गोष्टी कराव्या लागणार होत्या. त्याची जबाबदारी अर्थातच मेहरा यांनी माझ्यावर सोपवली. पहिले काम मला जे करायचे होते, ते म्हणजे विव्हिंग मशिनरी युरोपमधून आयात करण्याचे. आम्हाला जी मशिनरी घ्यायची होती ती ॲटोमॅटिक हवी होती. तसेच ती कॅनव्हास क्लॉथसाठीही योग्य प्रकारची हवी होती. तशा प्रकारच्या मशिनरी स्वित्झर्लंडमध्ये सुलझर कंपनी आणि बेल्जियममध्ये पिकॅनोल कंपनी बनवित असत. मी पहिल्यांदा स्वित्झर्लंडला गेलो. सुलझर कंपनीपुढे मी 'बाय-बॅक'ची

संकल्पना ठेवली. ती कल्पना अशी होती, की सुलझर कंपनीने आम्हाला त्यांची मशिनरी पाठवून द्यायची. त्यावर आम्ही कॅनव्हासचे कापड बनवायचे आणि ते म्हणतील त्या कंपनीला निर्यात करायचे. कापडाच्या निर्यातीपासून मिळणारे पैसे सुलझर कंपनीला मिळतील आणि त्यामधून ते आम्हाला मिल चालवण्यासाठीचा खर्च देतील आणि उरलेले पैसे मशिनरीच्या किमतीसाठी वजा करतील. मशिनरीच्या किमतीसोबतच ते तेवढ्या पैशावरील व्याजही वसूल करणार होते. ज्या वर्षी संपूर्ण कर्ज फिटेल, त्याच वर्षी मशिनरी किशनचंद स्पिनिंग मिलच्या नावे होणार होती. या सर्व प्रोजेक्टला स्वीस बँक कर्ज देणार होती. ते कर्ज चार टक्के व्याजाचे होते. आणि इथेच माशी शिंकली. सुलझर कंपनीला ते कर्ज साडेतीन टक्क्याने हवे होते. त्यामुळे सुलझर कंपनीसोबतचा तो व्यवहार बारगळला. अगदी तसाच प्रकार बेल्जियममधील पिकॅनोल कंपनीसोबत घडला. त्यांनी चार टक्के व्याजाचे कर्ज नाकारले आणि बोलणी फिसकटली. त्यानंतर मी रशियात मॉस्कोला गेलो. तिथे आमचा प्रतिनिधी होता. त्याला रशियन येत असल्यामुळे तिथे दुभाषकाची गरज मला कधी जाणवली नव्हती. आम्ही तिथे एका फॅक्टरीत मशिनरी पाहायला गेलो. तिथे कित्येक मशिनरी बंद अवस्थेत होत्या. त्या बंद असल्याचे कारण आम्ही विचारले, तेव्हा कळले की दुरुस्तीसाठी त्या मशिनरीचे पार्ट्स नसल्यामुळे त्या बंद होत्या. त्या किती दिवस बंद होत्या, याची कोणतीही नोंद ठेवली गेलेली नव्हती. तरी अंदाजे सहा महिने त्या मशिनरी बंद अवस्थेत असल्याचे त्यांनी सांगितले. आपल्याकडील सरकारी कामाप्रमाणेच तिथेही परिस्थिती होती. मात्र युरोपमधील स्वित्झर्लंड आणि बेल्जियममधील कंपन्यांतील लोकांनी कॉन्ट्रॅक्ट होण्यासाठी बरेच प्रयत्न केले; पण त्याला यश आले नाही.

ब्रुसेल्समध्ये असताना आम्हाला एक विनोदी प्रसंग घडला. ब्रुसेल्समध्ये एक लघवी करणाऱ्या लहान मुलाचा नग्न पुतळा आहे. त्याची लघवी म्हणजे कारंजे असे ते शिल्प. आता तुम्ही इंटरनेटवर तसा सर्च केलात तर तुम्हाला तो पुतळा पाहायलाही मिळेल. तर आमच्या गाईडने आम्हाला तो पुतळा दाखवला आणि विचारले-

''या पुतळ्याकडे पाहिल्यावर तुम्हाला काय कळते?''

त्याच्या त्या अचानक आलेल्या प्रश्नाने आम्ही थोडे गोंधळलो; परंतु प्रश्न विचारला आहे, म्हणजे त्यात काही तरी विशेष असावे या हेतूने आम्ही बौद्धिक विचार मांडू लागलो. अनेकांनी ''मुलगा जरी लघवी करीत असला तरी कारंजाचे प्रतीक वेगळे वाटते,'' असे अगदी गंभीरपणे सांगितले. प्रत्येकाचे म्हणणे ऐकून

घेतल्यानंतर तो गाईड म्हणाला,

''तुमचे सर्वांचे चूक. या शिल्पाकडे पाहिल्यानंतर एकच गोष्ट कळते आणि ती म्हणजे तो मुलगा डावरा आहे.''

त्याचे ते वाक्य ऐकून हास्याची लाटच उसळली. प्रत्येकजण किती तरी वेळ त्या पुतळ्याकडे पाहून हसतच होता.

पॉवर माग मशिनरीच्या शोधासाठी मी रशियातही गेलो. रशियाभेटीत मी तिथल्या भारतीय राजदूतांना भेटलो. माझा अनुभव आहे, की भारतीय राजदूत तुम्हाला खूप मदत करतात. माझ्या प्रत्येक परदेशवारीत भारतीय राजदूतांनी संध्याकाळच्या जेवणाचे आयोजन केल्याचे मला आठवते. त्यांनी मला असे सांगितले, की ''रशियातील मशिनरी तुम्हाला रुपयांच्या चलनामध्ये खरेदी करता येऊ शकेल.'' पण तरीही मला रशियातून मशिनरी खरेदी करणे तितकेसे पटत नव्हते. कारण तिथल्या मशिनरींची अवस्था मी पाहिली होती. तसेच त्या मशिनरीवर तयार झालेल्या कापडाचा दर्जा हा निर्यातयोग्य कितपत असेल, याची शंकाच होती. माझी शंका मी त्यांनाही बोलून दाखवली. तसेच आणखी एक अडचण होती. रुबल हे रशियाचे चलन. रशिया सरकारने विनिमयाचा दर १ रुबलला दीड डॉलर असा निश्चित केला होता. मात्र इतरत्र १ डॉलरला सुमारे १२ रुबल मिळत होते.

रशियामध्ये असताना माझ्यासोबत आणखी एक भारतीय गृहस्थ होते. त्यांचे नाव सुरेश वैद्य. ते आधी टेक्स्टाईल कॉर्पोरेशनचे अध्यक्ष होते. आर. एस. मेहरांनी त्यांना माझ्यासोबत पॉवर मागाच्या मशिनरीची निवड करण्यासाठी सल्लागार म्हणून पाठवले होते. ते शाकाहारी. रशियात हॉटेलात काहीही शाकाहारी पदार्थ मिळायचे नाहीत. एकदा आम्ही जेवणासाठी बाहेर पडलो. शाकाहारी जेवण कुठे मिळतेय का ते पाहण्यासाठी खूप फिरलो; परंतु कुठेच शाकाहारी जेवण मिळाले नाही. शेवटी एका हॉटेलात त्यांना शिजवलेला कोबी खायला मिळाला. जेवण खाऊन आम्ही बाहेर पडतो ना पडतो तोच बर्फवर्षाव सुरू झाला. हॉटेलात पोहोचेपर्यंत असे वाटले, की आपण थंडीतच कुडकुडून मरणार. शेवटी कसेबसे हॉटेलच्या लॉबीवर पोहोचलो. तोपर्यंत आमची अवस्था अगदी अर्धमेली झाली होती. त्या हॉटेलात सकाळी नाष्टा भरपूर मिळायचा. सर्व प्रकारचे दूध, Cereals, ब्रेड, कुकीज, फळे, बिस्किटे, ऑम्लेट, उकडलेले अंडे, केक असे वेगवेगळे पदार्थ नाष्ट्यात असायचे. नाष्टा सकाळी आठ ते दहा पर्यंत असायचा. आम्ही तो नाष्टा साडेनऊच्या सुमारास करायचो. त्यामुळे

दुपारचे जेवण आम्ही केले नाही तरी चालायचे. त्या सात दिवसांच्या मुक्कामात आम्हाला रात्रीच्या जेवणासाठी तीन निमंत्रणे होती. एक भारतीय राजदूतांचे, दुसरे आमच्या प्रतिनिधीकडून आणि तिसरे रशियन सरकारकडून.

माझी इंग्लंडची एक वारी मात्र माझ्या चांगलीच लक्षात राहिली. त्या वेळी आर. एस. मेहरांना सिगारेटच्या कारखान्यासाठी लागणारी मशिनरी इंग्लंडहून व्हिएतनामला निर्यात करायची होती. त्या कामासाठी मी इंग्लंडला गेलो होतो. त्या आधी सोमवारी मी सकाळी दहा वाजता आमच्या मुंबईच्या ऑफिसमध्ये गेलो होतो. तेव्हा मला असे सांगण्यात आले, की मी त्या दिवशी इंग्लंडला जाऊन व्हिएतनाम प्रोजेक्टचे फायनल बिल करायचे आहे. त्यासाठी मला त्याच दिवशी रात्री निघावे लागणार होते. माझ्याकडे इंग्लंडचा व्हिसा होता. आम्ही ज्या कंपनीकडून पैशांचा विनिमय करत होतो, ती कंपनी प्रसिद्ध होती. त्यांच्याकडून पैसे एक्सचेंज करून घेतले. विमानाच्या तिकिटाचेही काम त्यांनीच केले. ते तिकिट ब्रिटिश एअरलाइन्सचे होते. तिकीट खूप उशिरा हाती आले; कंपनीने पौंडमध्ये एक्स्चेंजही तयार ठेवले होते. त्यांचे ऑफिस बंद झाले होते, तरी त्यांनी त्यांचा एक माणूस एक्स्चेंजची रक्कम घेऊन थांबवून ठेवला होता. त्याला माझे तिकिट दाखवून त्याच्याकडून ती रक्कम घेतली. त्यानंतर आवराआवर करून मी विमानाने मुंबईहून लंडनला रवाना झालो अन् हिथ्रो विमानतळावर उतरलो. तिथे मी एक नकाशा खरेदी केला आणि त्यानुसार तिथून जवळच असलेल्या हॉटेलवर पोहोचलो. तिथे माझ्या राहण्याची सोय केलेली होती. तिथल्या घड्याळाप्रमाणे सकाळचे सहा वाजले होते. बरोबर आठ वाजता सिगारेट मशिनरी पुरविणाऱ्या कंपनीचा प्रतिनिधी आला. त्यानंतर मी त्याच्यासोबत जाऊन कामास सुरुवात केली. आम्ही चार दिवसांत सर्व कामे पूर्ण केली. पाचव्या दिवशी सकाळी मी हॉटेल सोडले. तिथून लंडनमधील ऑफिसमध्ये गेलो. संध्याकाळपर्यंत काम संपवून रात्री साडे-आठच्या सुमारास पुन्हा परतीच्या प्रवासासाठी मी विमानतळावर पोहोचलो. तिथे मी तिकीट दाखवून बोर्डिंग पास मागितला. तेव्हा तिथल्या व्यक्तीने मला ५२५ पौंडची रक्कम भरायला सांगितली. आकडा ऐकून मी गारच पडलो. मला काहीच कळेनासे झाले. भारतातून येताना मी ९० पौंड दररोज खर्च गृहीत धरून पाच दिवसांचे ४५० पौंड आणले होते. त्या वेळी माझ्याकडे फक्त ५० पौंड शिल्लक होते. माझ्याकडे वेळ खूपच कमी होता. विमानाच्या उड्डाणाची वेळ नऊची होती. मी फारसा विचार न करता मॅनेजरकडे गेलो आणि त्याला

समजावून सांगू लागलो.

''सर, माझे तिकीट हे परतीच्या प्रवासाचे आहे. तसेच माझ्याकडे तुम्हाला देण्यासाठी तेवढी पौंडमधील रक्कमही नाही.''

मी त्याला माझे तिकीट दाखवले आणि सर्व परिस्थिती समजावून सांगितली. त्याने माझे तिकीट घेतले आणि पाहून झाल्यानंतर तो म्हणाला, की ''तुमचे तिकीट हे पंधरा दिवसांकरता काढले आहे म्हणून ते सवलतीतील कमी किमतीचे आहे. पण तुम्ही पंधरा दिवसांऐवजी पाचच दिवसांनी परत जात आहात, त्यामुळे तुम्हाला त्या सवलतीचा लाभ घेता येणार नाही आणि तुम्हाला ते वरचे ५२५ पौंड भरावे लागतील. याच तिकिटावर जर तुम्हाला जायचे, असेल तर त्यासाठी तुम्हाला अजून दहा दिवस थांबावे लागेल.''

नऊ वाजायला पाच मिनिटे बाकी होती. त्याने फोन करून विमानाचे उड्डाण थांबवले. मी तिकीट पुन्हा निरखून पाहू लागलो. तेव्हा मला आढळले, की मी १ मार्चला तिकीट बुक केले होते; परंतु तिकिटावर १५ फेब्रुवारीला मुंबईहून रवाना आणि ५ मार्चला लंडनहून रवाना असे लिहिले होते. तिकीट न्याहाळत असताना माझ्या असे लक्षात आले, की १५ फेब्रुवारीच्या तारखेवर १ मार्चचा स्टिकर लावलेला होता. म्हणजे विमान कंपनीच्या कर्मचाऱ्याने गिऱ्हाईक हातचे जाऊ नये म्हणून सवलतीच्या दराच्या तिकिटावर पुढच्या तारखेचे स्टिकर चिटकवून मला कमी किमतीचे तिकीट दिले होते. मी ते चिकटवलेले स्टिकर त्या मॅनेजरला दाखवले आणि ही चूक तुमची असल्याचे ठासून सांगितले. तसेच माझ्या प्रवासाची व्यवस्था करण्याचेही मी ठणकावून सांगितले. त्यानंतर त्यांनी त्यांची चूक मान्य केली आणि कंपनीने माझा डिफरन्स भरून मला विमानात बसू दिले. तिकडे विमानात मात्र 'व्हीआयपी व्यक्ती येणार असल्यामुळे उड्डाणास उशीर होत आहे', अशी घोषणा केली जात होती. मी जेव्हा विमानात इकॉनॉमी क्लासमध्ये जाऊन बसलो, तेव्हा सगळेजण माझ्याकडे मोठ्या आश्चर्याने पाहत होते. ते पाहून माझ्या मनातला राग आणि भीतीचा संमिश्र कल्लोळ निवळला.

जर्मनीमध्येही माझी कामानिमित्त एक वारी झाली. एका वेळेला युरोपला गेलो असताना माझा शेवटचा मुक्काम फ्रँकफर्टला होता. तिथे मला झा नावाचे माझे एक मित्र भेटले. ते म्हणाले,

''प्रभाकर, मग तुमचा पुढचा प्रोग्रॅम काय आहे?''

''आजचा दिवस मी इथे फ्रँकफर्टलाच काढणार आहे. उद्या ॲमस्टरडॅमला जाणार आणि तिथून भारतात परतण्यासाठी निघणार.''

''बरं म्हणजे आजचा दिवस तुझ्याकडे आहे. तर मग आपण इथून जवळच असलेल्या इसानमध्ये जाऊ यात. तिथे माझा एक मित्र आहे. त्यांच्याकडे आपण राहू. तिथून आम्ही तुम्हाला ॲमस्टरडॅम विमानतळावर पोहोचवू.''

थोडासा विचार करून मी त्यांना होकार भरला. त्यानंतर आम्ही फ्रँकफर्टहून रेल्वेने इसानला गेलो. त्यांचा मित्र आम्हाला नेण्यासाठी स्टेशनवरच आला होता. ते स्पोर्ट्स डॉक्टर होते. झा आणि त्यांचा इसानमधील मित्र हे दोघेही मूळचे भारतातील पाटण्याचे. पाटण्यात ते एकमेकांचे शेजारी होते. मला त्यांचे नाव आठवत नाही. पण ते गृहस्थ उंच व गोरेपान होते. त्यांनी जर्मन मुलीशी लग्न केले होते. मेजवानीचा बेत म्हणून त्यांनी चिकन बनवावयास घेतले होते. त्यांच्या जर्मन बायकोला तो मसाल्याचा वास आवडत नसल्यामुळे ती घराबाहेर जाऊन बसली होती. काही वेळा नंतर त्यांचा मोठा भाऊही आला. तोही स्पोर्ट्स डॉक्टर होता. त्याची बायकोही जर्मनच होती. तीसुद्धा मसाल्याचा वास आवडत नसल्यामुळे घराबाहेर जाऊन बसली. घरात आता आम्ही फक्त भारतीय पुरुषच उरलो होतो. त्यामुळे ते दोघे आणि आम्हीही खूष होतो. एकीकडे मसालेदार चिकन शिजत होते आणि दुसरीकडे आमच्या गप्पांना ऊत आला होता. त्या वेळी झा यांचे मित्र म्हणाले, ''आज आपण हाताने जेवायचे.'' हाताने जेवायचे म्हटल्यावर सगळ्यांना आणखीच आनंद झाला. परदेशात जेवताना काटा-चमच्यांनी खेळायचा कंटाळा बहुतेक सगळ्यांनाच आला होता, असे वाटले. ती रात्री आम्ही छान घालवली. त्या जर्मन मित्राकडे तीन गाड्या होत्या. एक त्याच्यासाठी, एक त्याच्या बायकोसाठी आणि तिसरी गाडी त्याच्या वडिलांसाठी. तो म्हणाला-

''मी त्यांच्यासाठी गाडी घेतली. आम्ही सहा भाऊ. दोन भाऊ अमेरिकेत, दोन जर्मनीत आणि दोन दुबईत राहतात. पण वडील आमच्यापैकी कुणाकडेच रमले नाहीत. ते सध्या पाटण्यात राहतात. ते म्हणतात, ''मी काही पाटणा सोडणार नाही. आपला भारतच चांगला आहे. त्यांचे सुख तिथे भारतातच आहे. आम्ही कधी तरी त्यांना भेटण्यासाठी भारतात जातो.''

ती गोष्ट ऐकून माझ्याही मनात आले होते, 'होय. आपला भारतच चांगला आहे.'

१९७९ ते १९८९ दरम्यान कामानिमित्त माझ्या युरोपच्या चार वाऱ्या झाल्या. त्या सर्व मी के. के. डाईंगमध्ये असताना झाल्या. त्या प्रत्येक वारीवेळी कामही वेगळे होते आणि त्यामधून मिळालेला अनुभवही वेगळाच होता. मी

ते अनुभव कधीही विसरू शकत नाही. आपला देश सोडून कधी तरी दुसऱ्या देशात काय चालले आहे, हे पाहण्यासाठी परदेशात जायला हवे. अर्थात, सर्वांना ती गोष्ट जमू शकत नाही. पण त्यामुळे अनेक गोष्टींची आपण तुलना करू शकतो. निरनिराळ्या देशातील संस्कृती, तिथली माणसे, त्यांचे खानपान, त्यांच्या चालीरीती यांमधील विविधता तुम्हाला स्वतःकडे नव्याने पाहायला शिकवते. प्रत्येकाची प्रत्येक गोष्टी चांगली किंवा अनुकरणप्रिय असतेच असे नाही; पण आपण काय घ्यायचे आणि कशापासून वळसा घ्यायचा याची सदसद्विवेकबुद्धी जर आपणाकडे असेल तर मात्र निश्चितच आपण खूप काही शिकू शकतो.

'वसुधैव कुटुंबकम्'

ही संकल्पना भारतात मांडली गेली. तीही अर्वाचीन काळात. त्या संकल्पनेवर आपण विचार करायला हवा. संपूर्ण जगात विद्वेषाचे राजकारण खेळले जात असताना भारताची ही संकल्पना जगाला खूप काही शिकवू शकते. आमच्या वेळी एक सिनेमा आला होता. मला अजूनही तो सिनेमा आठवतो. तिथे वेगवेगळ्या ग्रहावरचे लोक एकमेकांवर आक्रमण करीत असतात. त्या वेळी पृथ्वीवरचे लोक एक झालेले असतात. आम्ही एक होण्यासाठी युद्धाची खरेच गरज आहे का? प्रेमासाठी, परस्पर सहकार्यासाठी, परस्परांच्या विकासासाठी आम्ही एकत्र येऊ शकत नाही का? आज कित्येक देशात रोगराई थैमान घालते, त्या रोगराईपासून सुटका मिळवण्यासाठी, त्या देशाची मदत करण्यासाठी, रोगराईचा समूळ नायनाट करण्यासाठी आम्ही एकत्र येऊ शकत नाही का? कित्येक देशांतील कुपोषणाच्या अचंबित करणाऱ्या कर्मकहाण्या कायमच्या बंद करण्यासाठी आम्ही एकत्र येऊ शकत नाही का? जगभर रुजलेली दहशतवाद, गुन्हेगारीची पाळेमुळे खणून काढण्यासाठी आम्ही एकत्र येऊ शकत नाही का? काळ्या-गोऱ्याचा, सवर्ण-दलितांचा, स्त्री-पुरुषांचा, गरीब-श्रीमंतीचा भेद मोडून काढण्यासाठी आम्ही एकत्र येऊ शकत नाही का? हे प्रश्न मला नेहमी पडतात. त्याची उत्तरे शोधायला जाता व्यवहाराच्या, नातेसंबंधाच्या विचित्र गुंत्यात आपणच गुरफटून जातो. गुरफटण्यामुळे मग आपलाच जीव कासावीस होऊ लागतो. एक दीर्घ श्वास घेऊन मी प्रत्येक वेळी त्या गुंत्यातून बाहेर येतो आणि मनाशी एक विचार मात्र नक्की करतो- ''आपण दुसऱ्याला बदलू शकत नसलो तरी स्वतःच्या पातळीवर मात्र जितके चांगले काम करता येईल, तेवढे मात्र नक्की करायचे.''

■

मुक्काम

कुटुंबकबिला

मित्रहो,

माझ्या या 'ऑन ड्युटी' प्रवासाची सफर मी तुम्हाला घडवली.

हा प्रवास माझ्यासाठी आनंददायी होता. या प्रवासाने मला पदोपदी खूप गोष्टी शिकवल्या. त्या तुमच्याशी शेअर कराव्यात म्हणून मी हा आत्मवृत्त लेखनाचा घाट घातला; परंतु इथवरच्या प्रवासात मी माझ्या कुटुंबकबिल्याचा क्वचितच उल्लेख केला असेल. मागे वळून पाहताना त्यांनी या प्रवासात मला दिलेली साथ, केलेले सहकार्य, दाखविलेला विश्वास मी विसरू शकत नाही. माझे आईवडील, माझे भाऊ-बहीण, माझी बायको-मुले, सगेसोयरे, मित्रमंडळी अशा अनेक मंडळींचा माझ्या यशात मोलाचा वाटा आहे.

मी प्रभाकर वासुदेव भिडे. जन्म दिनांक ११ नोव्हेंबर १९३२. स्वातंत्र्यपूर्व काळातला माझा जन्म. मला आठवतेय, वयाच्या १४ वर्षापर्यंत मी सांगलीला माझ्या आईच्या वडिलांकडे राहत होतो. माझी आजी माझे खूप लाड करायची. जणू ती माझे सर्वस्वच झाली होती. मी सांगलीच्या सरकारी हायस्कूलमध्ये शिकत होतो. त्या वेळी प्रथम क्रमांकाने पास होणाऱ्यास स्कॉलरशीप मिळायची. त्यानंतर ब्राह्मण सोडून जो पहिला येईल त्याला आणि अनुसूचित जाती-जमातींमधून पहिला येईल त्याला अशी स्कॉलरशीप मिळायची. आमच्या वर्गात प्रभाकर आपटे नावाचा एक अत्यंत हुशार विद्यार्थी होता. त्याच्यात आणि माझ्यात प्रथम क्रमांकासाठी नेहमीच चुरस असायची; परंतु बहुतेकदा त्याचा पहिला नंबर यायचा

आणि माझी स्कॉलरशीप चुकायची. त्या वेळी असे वाटायचे, की आपण ब्राह्मण म्हणून का जन्मलो? आज ती घटना आठवली की मला हसू येते. मला जसे नीट कळायला लागले, तेव्हापासून मी कधीही जात पाळली नाही. मला आठवतेय, त्या वेळीही आमच्या शाळेत डबीर नावाचे शिक्षक होते. त्यांचा मुलगा महंमद आमचा दोस्त होता. आम्ही एकत्र खेळायचो, त्याच्या घरी जायचो. मला तो आपलाच कोणी तरी आहे, असे वाटायचे.

मला दोन मामा होते. त्यातील एका मामाचा कल हा राष्ट्रीय स्वयंसेवक संघाकडे होता, तर एका मामाचा काँग्रेसकडे. त्या मामांना मिठाच्या सत्याग्रहामध्ये तुरुंगवासही भोगावा लागला होता. माझा एक मामा मला 'संघात चल' असे म्हणायचा, तेव्हा दुसरा मामा मला अडवायचा. मात्र कधी तरी मला संघात जावेच लागायचे. मी जेव्हा संघात जायचो, तेव्हा एक गोष्ट मला आवडायची. संघात प्रत्येक महिन्याला एक सांघिक जेवण असायचे. त्या वेळी प्रत्येकजण घरून जेवणाचा डबा आणायचा. त्या सर्व डब्यांतील जेवण एकत्र केले जायचे. कागद पसरून त्यावर भाकऱ्या-पोळ्या एकत्र केल्या जायचे. सर्व भाज्या मोठ्या पातेल्यात एकत्र केल्या जायच्या. आणि नंतर ते सर्वांनी आपापल्या ताट-वाटीत घेऊन खायचे. वय वर्षे १४ पार केले आणि मी मामाच्या घरून आमच्या घरी आलो. तेव्हापासून संघाचा आणि माझा संबंध संपला.

मी एफ. वाय. व इंटर सायन्स हे विलिंग्डन कॉलेजमध्ये करून सांगलीच्या इंजिनिअरिंग कॉलेजमध्ये प्रवेश घेतला. इंटर सायन्सला असताना सहामाहीच्या परीक्षेत फिजिक्समध्ये मी चांगले मार्क्स मिळवले. तेव्हा फिजिक्सचे प्राध्यापक म्हणाले होते, ''भिडे, पुण्यास जा आणि तिथल्या फर्ग्युसन कॉलेजमध्ये बी. एस.सी. ला प्रवेश घे. तू फिजिक्स प्रिन्सिपल विषय घेऊन शिक्षण पूर्ण कर. सोसायटी तुला सर्व मदत करेल.'' पण मी नुकत्याच चालू झालेल्या सांगली इंजिनिअरिंगमध्ये प्रवेश घेतला होता. १९५५मध्ये मी इंजिनिअरिंगची पदवी मिळवली. त्या वेळी मी लेक्चरला बसण्याऐवजी लायब्ररीमध्ये बसून अभ्यास करायचो. कारण माझ्या घरी लाइट नव्हती. आमच्या लहानशा घरात दहा माणसे राहायची.

आमच्या घरात आईवडील, आम्ही पाच भावंडे, वडिलांची विधवा आई, विधवा मावशी आणि विधवा बहीण असे एकूण दहाजण होते. मिळकत मात्र कशीबशीच. त्या सर्वांचा परिणाम माझ्या करिअर झाला होता. अनेकदा मला माझ्या इच्छाआकांक्षांना मुरड घालावी लागायची.

लग्नाच्या वयात आल्यानंतर एकदा एक घटना घडली. माझ्या मित्राला एकजण बाहेरगावाहून मुलगी दाखवायला आले होते. त्या वेळी माझ्या सांगलीच्या

मित्राच्या वडिलांनी मुलीला माझ्या आईवडिलांना दाखवावयास सांगितले. तसा निरोपही त्यांनी घरी पाठवून दिला. त्यानंतर मुलीचे आईवडील आमच्या घराजवळ आले. त्यांनी आमचे घर बघितले आणि घरात शिरण्यापूर्वीच नकार देऊन ते तसेच मागे फिरले. माझे वडील त्यांच्या मागोमाग गेले तेव्हा त्यांनी सांगितले, की 'या घरात मी मुलगी देणार नाही.' मी नेहमीप्रमाणे चौथ्या शनिवारी सांगलीस आलो, तेव्हा घरच्यांनी हा किस्सा मला सांगितला. तेव्हा मीही म्हणालो होतो, ''कोणीही मला त्यांची मुलगी देणार नाही. कारण मुलीच्या आईवडिलांना जेव्हा कळेल, की मी दहाजणांचे सर्व काही करणार आहे, तेव्हा ते आपली मुलगी मला दाखवायलाच आणणार नाहीत. म्हणून मी लग्नच करणार नाही.''

मी तसे म्हणालो खरा, पण माझेही लग्न झालेच.

माझ्या बायकोला आईवडील नसल्यामुळे ती लग्नाअगोदर तिच्या भावांकडे राहायची. तिचे काका सांगलीचे. त्यांनी तिच्या लग्नाची जबाबदारी घेतली होती. तिचे काका आणि माझे मामा चांगले मित्र होते. नेहमीप्रमाणे मी चौथ्या शनिवारी सांगलीस आलो, तेव्हा तिची माझी भेट झाली, गप्पा झाल्या. माझ्या बायकोला तिचा भाऊ त्यांच्या काकाकडे घेऊन आला होता. नंतर ते सर्वजण माझ्या आजोबांकडे आले होते. माझ्या आजोबांनीही मुलगी पसंत केली. मी त्यांना त्या वेळी सांगितले, की ''माझ्याशी लग्न जर करायचे असेल तर माझ्या घरी जा. तिथे माझे घर पाहा, कुटुंब पाहा आणि मगच निर्णय घ्या.''

माझ्या वडिलांच्या घराची अवस्था मी आधी सांगितलीच आहे. दहा माणसांचा खटला एका छोट्याशा घरात; परंतु माझ्या आईच्या वडिलांचे सांगलीतील घर म्हणजे सुमारे दोन एकरांचा प्लॉट. त्यावर जवळपास वीस हजार फुटांचे बांधकाम. त्यात घर, म्हशीचा गोठा, जळण साठवण्याची खोली, ऐसपैस अंगण आणि मोठे आवार. त्या आवारात आंबा-नारळ-आवळ्याची झाडे, पाण्याचा हौद, बोअरिंग. माझा एक मामा बी.ए.एल.एल.बी होऊन बँकेत मॅनेजर झालेला, दुसरा मामा आयुर्वेद विशारदाची पदवी घेऊन प्रॅक्टिस करत होता. स्वतः आजोबा एल. एल. बी. वकील होते. मला आश्चर्य वाटायचे इतक्या श्रीमंत घरातील माणसांनी माझ्या आईला एवढ्या गरीब परिस्थिती असणाऱ्या घरात दिलेच कसे!

जेव्हा माझी बायको तिच्या घरच्यांसह माझे घर पाहायला गेली, तेव्हा तिने घर पाहताच माझे स्थळ नाकारले. ती म्हणाली, की ''या घरात राहणे शक्य नाही. शिवाय नवऱ्याच्या पगारात दहा माणसाचा निर्वाह अशक्य आहे.'' त्या वेळी तिच्या भावांनी आणि काकांनी तिची समजूत घातली. त्यांनी तिला मी कर्तबगार असल्याचे सांगितले आणि तेव्हा कुठे आमचे लग्न ठरले.

माझ्या पत्नीचे नाव शरयू. तिचा जन्म १९३९सालचा. तिला पाच भाऊ व एक बहीण. लग्नानंतर आमचे सर्वांशी चांगले संबंध राहिले. विशेषतः चार नंबरचा भाऊ मधुकर गानू याच्याशी. तो त्या वेळी अविवाहित होता. त्याचे व माझे संबंध अगदी मित्रत्वाचे होते. माझ्या पंढरपूरमधील नोकरीच्या काळात तो वारंवार पंढरपूरला यायचा. तो आला की घरात आनंदी आनंद असायचा. सर्व वेळ हसतखेळत जायचा. पंढरपूरला आमच्या घरी सतत पाहुणे असायचे. दररोज दोनचार पाहुणे हमखास मुक्कामास असायचे. आमचे घरमालक म्हणायचेही, ''भिडे तुम्ही हे पाहुणे प्रकरण बंद करा. एवढ्या लहान वयात तुमच्या बायकोला किती काम पडते. एवढ्या जणांचा स्वयंपाक वगैरे. त्रास होत असेल तिला.'' ते असे नेहमी म्हणायचे, परंतु आमचे पाहुणे प्रकरण काही बंद झाले नाही. एकदा तिचा भाऊ मधुकर आला असता त्याला पाहुण्यांमुळे आमच्याशी बोलताच आले नाही. तेव्हा तो अतिशय चिडला. म्हणाला, ''माझ्या बहिणीला इथे फार काम करावे लागते.'' एवढे म्हणून तो थांबला नाही, तर तो एक महिन्यासाठी तिला आणि आमच्या मुलाला घेऊन हैद्राबादला निघून गेला.

शरयूने संसार चांगल्या पद्धतीने केला. एवढेच नाही, तर मुलांना संस्कार देणे, त्यांचे शिक्षण याकडे तिने कटाक्षाने लक्ष पुरविले. तिला सामाजिक कामांचीही चांगलीच आवड होती. आम्ही ज्या वेळी ठाणे येथे होतो, त्या वेळी तिथे डॉ. बेडेकर नावाच्या प्रख्यात डॉक्टरांशी आमची ओळख झाली होती. त्यांची मुलगी शैला ही अपंग होती. शरयूने आणि शैलाने मिळून त्यांच्या घरात अपंग मुलींकरिता एक संस्था सुरू केली होती. जवळपास सतरा-अठरा अपंग मुली त्या संस्थेत येत. त्यांना तिथे सॅनिटरी पॅड्स बनविण्याचे प्रशिक्षण दिले जायचे. शरयू तिच्या सरोज नावाच्या एका मैत्रिणीच्या मदतीने त्यासाठी लागणारे साहित्य आणून द्यायची. माझी बहीण सौ. सिंधू गोखले ही सर्व हिशोब ठेवायची. शरयू ते बनविलेले पॅड्स हॉस्पिटलमध्ये जाऊन विकायची. त्यानंतर सर्व खर्च वजा करून उरलेले पैसे त्या अपंग मुलींमध्ये वाटले जायचे. त्यामुळे त्या अपंग मुलींना स्वतःच्या उदरनिर्वाहाचे साधन उपलब्ध झाले होते. त्या मुली स्वतःच्या पायावर उभ्या राहिल्या होत्या. मला आठवते, एकदा आमच्या घरी नवरा-बायको दोघेजण आले होते. त्यांची मुलगी शरयूच्या संस्थेत प्रशिक्षण घेऊन स्वतःच्या पायावर उभी राहिली होती. तिचे लग्न जमले होते. ते शरयूला म्हणाले, की ''तुम्ही आमच्या मुलीच्या लग्नात आवर्जून यायला हवे. लग्नात आम्हाला तुमचे पाय धुवायची प्रथा पार पाडायची आहे.'' त्यांच्या त्या वाक्याने माझा बायकोविषयीचा अभिमान दुणावला.

शरयूने योगविद्येतही बऱ्यापैकी प्राविण्य मिळवले होते. तिने योगाची अनेकदा शिबिरेही घेतली होती. एका बाईचे वजन तिने सहा महिन्यात ८७ किलोवरून ६७

किलोवर आणले होते. तिच्याकडे अशा किती तरी केसेस यायच्या. त्यातील एक केस आवर्जून सांगाविशी वाटते. तिच्याकडे सौ. नायगावकर नावाच्या एक बाई आल्या. त्या अतिशय निरुत्साही होत्या. त्यांच्या अनेक तक्रारी होत्या. पहिल्या भेटीत त्यांनी त्यांच्या सर्व तक्रारी कथन केल्या. तेव्हा शरयू म्हणाली-

''तुम्ही परवा शुक्रवारी आमच्याकडे सवाष्ण म्हणून जेवायला या.''

''अहो, पण आम्ही आगरी आहोत.''

''मग काय झालं? मी जातबित काही पाळत नाही. तुम्ही परवा आमच्याकडे अवश्य या. मग आपण बोलू यात.''

त्यानंतर त्या बाई आमच्याकडे सवाष्ण म्हणून जेवायला आल्या. जेवणानंतर शरयूने त्यांच्याशी योगावर छान गप्पा मारल्या. तेव्हा कुठे त्या बाईंच्यात फरक पडला आणि योगाबद्दल त्यांच्यात उत्साह निर्माण झाला. त्या योगा मन लावून करू लागल्या. त्यानंतर त्या बाईंच्या अनेक तक्रारी कमी होत गेल्या. एकदा त्यांचे पती आमच्या घरी आले आणि त्यांनी शरयूचे भरभरून कौतुक केले आणि आम्हाला जेवणाचे निमंत्रणही दिले.

शरयू अशी हरहुन्नरी, हुशार आणि सामाजिक भान जपणारी आहे. आता आजारपणामुळे ती कोणतीच कामे करू शकत नाही. घरीच विश्रांती घेत असते.

माझा मोठा मुलगा माधव हा इंजिनिअर आहे. त्याने इलेक्ट्रॉनिक्स ॲण्ड टेलिकम्युनिकेशन्सची पदवी घेतली आहे. पदवीनंतर एम. एस. करण्यासाठी तो अमेरिकेत गेला आणि तिकडेच स्थायिक झाला. त्याची बायको अनिता एम.एस. झाली आहे. तीही अमेरिकेत आपल्या सासूप्रमाणे सामाजिक कार्यात उत्साहाने भाग घेत असते. माझा धाकटा मुलगा मिलिंद हा मुंबईतून एम. डी. डी. सी. एच. (पेडियॅट्रिक) होऊन हैद्राबाद येथे प्रॅक्टिस करत आहे. या क्षेत्रात त्याने तिथे चांगलेच नाव कमावले आहे. त्याच्या बायकोचे नाव दीपा. तिने एम.बी.बी. एस., डी.सी.एच.ची पदवी संपादन केलेली आहे. डी.सी.एच.मध्ये ती प्रथम क्रमांकाने उत्तीर्ण झाली; परंतु तिला कॉम्प्युटर प्रोग्रॅममध्ये रुची असल्याने तिने त्यामध्येही प्राविण्य मिळविले आहे. सध्या ती मोठ्या पदावर काम करते. शिवाय ती गातेही उत्तम; परंतु कामातील व्यस्त वेळापत्रकामुळे तिला गायनाकडे फारसे लक्ष देता येत नाही. त्याची तिला खंतही वाटते. माधवला निशा व नील अशी दोन मुले आहेत, तर मिलिंदला सिद्धार्थ व सायली अशी दोन मुले आहेत. ही चारही नातवंडे आपापल्या क्षेत्रात उत्तम कार्य करतील, अशी गुणवान मुले आहेत. सायलीमध्ये तर उत्कृष्ट चित्रकाराचे गुण आहेत.

माझे मेव्हणे मधुकर गानू यांच्याशी जसे जिव्हाळ्याचे संबंध होते, तसेच ते त्यांची मुलगी सौ. मनीषा आणि तिचे पती श्री. गोगटे यांच्याशीही आहेत. श्री.

गोगटे यांनी हैद्राबादेत शिक्षण क्षेत्रात स्वतःचे अक्षरशः साम्राज्य उभे केले आहे. तिथे त्यांची दोन इंजिनिअरिंग कॉलेज आहेत. ते स्वतः एम. टेक. आहेत. सौ. मनीषा ही अतिशय हसतमुख व सर्व गानू परिवाराच्या लोकांना सांभाळून घेणारी कर्तव्यदक्ष, जबाबदार स्त्री आहे. ती वेळ काढून Dyslexia Association मध्ये काम करते.

माझी सिंधू नावाची बहीण माझ्याहून सहा वर्षांनी लहान होती. तिचे लग्न ठाण्यातील श्री. गोखले यांच्याशी झाले. श्री. गोखले हे अतिशय हुशार आणि उद्योगी गृहस्थ. त्यांच्या कर्तबगारीने त्यांनी ठाण्यात चांगलाच नावलौकिक मिळवला आहे. त्यांना 'ठाणे वैभव', 'ठाणे गौरव' असे अनेक सन्मानही मिळाले आहेत. तसेच त्यांच्या जीवनकार्यावर आधारित एक पुस्तकही आले आहे.

माझा हा कुटुंबकबिला खूप मोठा आहे. मी नोकरीच्या निमित्ताने जिथे जिथे जात होतो, तिथे तिथे स्नेहबंध जुळत होते. मी स्वतःला भाग्यवान समजतो, की इतका मोठा कुटुंबकबिला मला लाभला. त्यांच्या मायेचा, प्रेमाचा, सहकार्याचा, विश्वासाचा माझ्या जीवनावर खूप मोठा प्रभाव राहिला आहे. माझ्या यशात त्यांचे मोठे योगदान आहे.

मी माझे कार्य केले. अगदी प्रामाणिकपणे केले. प्रामाणिकपणाचे फळ मिळते. कधी कधी त्याला उशीर होत असेल, पण ते मिळते. वयाच्या शेवटच्या टप्प्यात तुमच्यातील प्रामाणिकपणा तुमच्या मानसिकतेवर एखाद्या टॉनिकसारखा काम करतो. आयुष्यात तुम्ही जे काम प्रामाणिकपणे केलेले असते आणि त्याची फळे ज्यांनी ज्यांनी चाखलेली असतात, त्यांचे हसतमुख चेहरे तुमची सतत साथ करत असतात. तुमच्या जीवनात उत्साह भरत असतात. गोरगरिबांसाठी तुम्ही केलेले कष्ट अगदी शांत झोप देतात. त्या गोरगरिबांचे आशीर्वाद देणारे हात तुमचा नैतिक आधार बनतात. त्यासाठी वयाच्या एका टप्प्यात नैतिकतेची कसोटी अगदी कसोशीने पार पाडावी लागते.

शेवटी मी साने गुरुजींचा एक विचार सांगेन आणि थांबेन...

> *''आपण समाजासाठी आहोत, या मानवजातीसाठी आहोत, या सर्व प्राणिमात्रांसाठी आहोत. दगड अलग पडला तर त्याला महत्त्व नाही; परंतु तो इमारतींत संयमपूर्वक बसेल तर त्याला अमरता येते, त्याला महत्त्व येते. आपण या समाजाच्या सुंदर इमारतीत योग्य ठिकाणी बसले पाहिजे व तेथे शोभले पाहिजे.''*

■

मुळा नदीचे पाणी पवना नदीत सोडते वेळी

सकाळ-पुणे, सोमवार, ता. १६, एप्रिल, सन १९१

चिंचवड गावात पाणीपुरवठा योजनेचे भूमिपूजनाचा समारंभ रविवारी सकाळी ९॥ वाजता हवेली तालुक्याचे आमदार अण्णासाहेब मगर यांचे हस्ते पार पडला. फोटोत : कुदळ घेतलेले श्री. अण्णासाहेब मगर, त्यांच्या उजव्या बाजूस जिल्हा परिषद उपाध्यक्ष श्री. व्ही. सातव आणि डाव्या बाजूस एम. आय. डी. सी. चे एक्झिक्युटिव्ह इंजिनीयर श्री. भिडे (गॉगल घातलेले).

फोटो : 'रूप' फोटो स्टुडिओ, चिंचवड, पुणे १९.

Industrial waste for farming urged

Express News Service

POONA, Nov. 30.

Eminent public health engineers and scientists yesterday stressed the need for treating properly the industrial waste effluents so that it would not pollute river waters.

They went a step ahead and suggested that the waste effluents should be used for irrigation and the manufacture of chemicals, like potash.

They were participating in a symposium on "River Pollution," organised by the Poona centre of the Institution of Engineers.

In the first session presided over by Prof. S. J. Arceivala, it was pointed out by Mr. C. H. Khadilkar that the conventional methods of waste effluent treatment fell short of effective treatment of toxic wastes.

The chairman of the Public Health Engineering Committee of the centre urged the scientists and engineers to work together to evolve suitable techniques and to prepare non-conventional designs for efficient as well as economic treatment of complex industrial wastes.

Drawbacks

Mr. P. V. Bhide of the Maharashtra Industrial Development Corporation suggested that it would be profitable if industrial wastes on the Pimpri-Chinchawad-Bhosari area, now polluting the Pawana river was used to irrigate grasslands for dairies.

Prof. M. V. Bopardikar presented a paper entitled, 'Standard Technique of Pollution Survey of Stream, with special reference to Rivers Mula and Mutha."

Prof. P. L. Lokagarwar, in his paper, "An Assessment of the Pollution in the River Pawana, with special reference to Treatment of Plating Mill Waste," pointed out the shortcomings in the methods now used, and discussed the mod of treatment of waste effluents containing toxic cyanides.

The second session was presided over by Mr. V. K. Paranjapye.

Prof. B. Subba Rao, of the Walchand College of Engineering, Sangli, suggested treatment of distillery waste effluents by anaerobic methods and the use of the recovered water for irrigation.

www.ingramcontent.com/pod-product-compliance
Lightning Source LLC
LaVergne TN
LVHW020134230825
819400LV00034B/1161
* 9 7 8 8 1 9 2 6 5 0 4 5 6 *